Yoruba Proverbs Handbook

A Companion Reference on Yoruba Proverbs and their Concise English Translations.

Ayotunde O. Joshua

ISBN-13: 978-1542550956

ISBN-10: 1542550955

First Edition Published 2017.

Printed By Createspace,
Charleston, SC,
United States of America.

Available from Amazon.com and other book stores.
Available on Kindle and other devices.

Published by Ayotunde O. Joshua
Lagos, Nigeria.
http://www.yorubaproverbs.com
https://www.facebook.com/oweyoruba
https://www.twitter.com/yoruba_proverbs
info@yorubaproverbs.com

DEDICATION

To all those who speak, use and work with Yoruba language.

ACKNOWLEDGEMENTS

Firstly, my gratitude goes to God, the father of light to whom belongs all knowledge and wisdom, without whose grace and mercies, I could not have written this book. This is underlined by a Yoruba proverb, which states that *Àgbẹ̀ tí kòkó ẹ̀ yè, kìí ṣe mímọ̀ọ́ ṣe ẹ̀, bíkòṣe Elédùà,* translated as 'a farmer with a thriving cocoa farm did not achieve this by his effort, but owes the achievement to God'.

Secondly, my appreciation goes to all those who work with Yoruba proverbs and Yoruba language as a whole. You all provided the motivation and impetus to write *Yoruba Proverbs Handbook*.

Thirdly, I would like to thank all the followers of *I Love Yoruba Proverbs* page on Facebook and the corresponding Twitter account, for their support and the inspiration provided.

Fourthly, to my good friend, Kola Oni of Melrose Books and Publishing Limited, I say a big thank you for graciously and patiently reading through the manuscript of the book.

Finally, my sincere gratitude goes to my wife and our children. Without your continued support, selfless sacrifice, and consistent encouragement, I could not have made a headway with the book.

Thank you so much.

Ayotunde O. Joshua
Lagos, Nigeria.
February, 2017.

TABLE OF CONTENTS

PREFACE

The shelf life of this book, by design, is zero. True. It has not been designed for the shelf, but to be handy and within reach. To get the best out of *Yoruba Proverbs Handbook* therefore, you must treat it as a companion. Take it wherever you go. Treat it like you would treat a good friend. Maintain as much contact with it as you can.

Read it when you have that long burst of hours or even a quick snappy five minutes. Read it on the air; read it on the road; read it when you are about to sleep; read it when you wake up; read it while waiting for that meeting. Read it through once, and read it over and again. You get the drift.

Be close to the book and you would be amazed how the proverbs in it would be close to you in your conversations and daily affairs. You would soon find yourself using the proverbs in your conversations and written communications. You would also find snippets of wisdom from the proverbs leaping in and venturing voices of counsels or cautions to you in your daily affairs.

The idea for this book came to me shortly after *An Expository Compilation of Yoruba Proverbs* (or ECYB as I sometimes refer to it, for short) was published. Now, I believe that ECYB is really an excellent multi-volumes reference book on Yoruba Proverbs, but as amazing as it is, I reasoned that a companion book on Yoruba proverbs is still needed. This would be a single and handy book for the man and the woman on the go. It would have as many proverbs packed into it as possible, serving as a reference book, where you can check up a proverb while out there on the field, or a book that you can take with you and read to get up to speed on Yoruba proverbs, generally. It should also be a good reference book that those who work with Yoruba proverbs and Yoruba language would find handy. To address these identified needs are the reasons that *Yoruba Proverbs Handbook* has been written.

I sincerely believe you would find it a useful companion and a ready reference. I hope it proves to be an excellent resource to anyone who seeks to be better at Yoruba proverbs and the Yoruba language.

CHAPTER 1

A

A fi ẹgúsí jẹ iyán tán, èpo rẹ̀ wá di ohun àìjí í rí. After melon had been used to eat pounded yam, its peelings became offensive.

À fi ẹni tí yóò bá pẹ̀gàn Àjànàkú, lá lóun rí nǹkan fìrí; báa bá rí erin ká wí. Only those who would deride the elephant would claim they saw it in a jiffy; its presence is unmistakable.

À f'ọwọ́ fà ni èkúté, tó jẹun tán, tó ní kí ológbò wá wo óun. It is a self-induced problem, for a house rat who after feeding calls on the cat to come and watch.

A f'ọwọ́ mú ajá ó lọ, a ṣẹ̀ṣẹ̀ ńfi ìka méjì pè é. A dog while grabbed with the hands escaped and we are now beckoning on it with just two fingers.

A fún ọ l'ọ́bẹ̀ o ta omi si; ṣé o gbọ́n ju ọlọ́bẹ̀ lọ ni? You further diluted the stew someone gave you (to increase the quantity); are you wiser than the person who cooked the stew?

A gbọ́ t'ajá, a gbọ́ t'ẹran, èwo ni ti àgùtàn l'ori àga. We understand the dog and the goat, but what is the sheep doing on a chair.

A jókòó a fi àpò kọ́, a dìde ọwọ́ ò tó àpò mọ́. We sat and hung a bag; we stood up and the bag was out of reach.

Á ka owó tì lálẹ́, oníbárà tó ńṣe ẹ́kẹ́ èébú. A quarrelsome beggar would find little alms to count at the end of the day.

A kì í bá ara ẹni tan, kí á f'ara ẹni n'ítan ya. Being related with someone is no excuse to become a liability to the person.

A kì í bá ẹlẹ́nu jìjà òru. One ought not to engage a braggart in a fight at night (when there would be no witnesses).

A kì í bá oníṣẹ́ rìn. One does not move or go along with the messenger.

A kì í ba yímíyímí dun imí. No one contends faeces with the dung beetle.

A kì í bérè lọ́wọ́ adélébọ̀, pé ní'bo ló ti rí oyún. No one asks a married woman where she has got her pregnancy.

A kì í bínú ààtàn, kí a da ilẹ̀ sí ìgbẹ́. One cannot be so angry with the refuse dump as to throw refuse into the forest.

A kì í bínú orí, kí a fi filà dé ìdodo. One cannot be so angry with the head as to place the hat on the navel.

A kì í bínú sí ẹni tí a kò rí. One shouldn't be annoyed pre-emptively with someone who one has not seen (or heard out).

A kì í bọ́ sínú omi tán, kí a máa ké ígbe òtútù. One cannot enter into a pool of water and still be complaining of feeling cold.

A kì í bá omi ṣ'ọ̀tá. No one goes into enmity with water.

A kì í dá ọwọ́ lé ohun tí a kò lè gbé. One ought not to lay hands on what one cannot carry (or handle).

A kì í dàgbà fún ohun tí a kò bá mọ̀. One is never too old to learn what one does not know.

A kì í d'àgbà kí a má lè lá'bẹ̀, eegun ẹran nìkan l'àgbà ò le fọ́. An elderly person cannot be so old as not to be able to lick soup; it's cracking of bones that may be an issue.

A kì í dá'kẹ́ ká ṣì'wí; a kì í wò sùn ùn ká dá'ràn. One cannot be silent and misspeak; one cannot simply stare and be in trouble.

A kì í dé ejò mọ́ fìlà, kí a jayé ire. One cannot put on a cap with a snake in it, and be at peace.

A kì í dé ilé ayò, kí a má bá ọmọ níbẹ̀. One cannot get to see the 'ayo' game (an indigenous game) without finding its pieces.

A kì í dé odò, láì f'ara kan omi. One cannot get to the river without getting splashed with water.

A kì í dùbúlẹ̀ ní'lẹ̀ kí á yí ṣubú. We cannot be lying on the floor, and still fall down.

A kì í dun orí olórí kí àwòdì wa gbé t'ẹni lọ. One does not make effort to save someone else's head, while the hawk carries one's head.

A kì í dúpẹ́ lọ́wọ́ aláṣetì; aláṣeyọrí là ńkí. No one appreciates a person who abandons a task, but the one who completes it.

A ki ẹsẹ̀ kan bọ odò, ọnì fàá, tí a bá fi ẹsẹ̀ méjèjì sí odò kí la mọ̀ pó fẹ́ ṣẹ'lẹ̀. A leg was dipped into the river and the crocodile snapped at it; what would happen, if the two legs had been dipped?

A kì í fá orí lẹ́hìn olórí. You cannot barb someone in his absence.

A kí í fi ẹ̀jẹ̀ dúdú sí inú, tu itọ́ funfun s'íta. One ought not to retain black blood within and spit out white.

A kì í fi ejò sí orí òrùlé sùn. No one goes to sleep with snake inside the roof of his house.

A kì í fi ẹsẹ̀ sílẹ̀, fi ẹnu kọ. One cannot leave the legs and trip with the mouth.

A kì í fi ẹtẹ sílẹ pa làpálàpá. Leprosy should not be left unattended while one treats ringworm.

A kì ì fi èyàn jẹ jagun jagun, kó má lè tẹ eku pa. No one should be made a warrior, who is unable to trample a rat to death.

A kì í fi gbèsè sọ́rùn, ṣe ọ̀ṣọ́. No one should indulge in an extravagant lifestyle while in debt.

A kì í fi ibi ṣú olóore. One ought not to repay one's benefactor with wickedness.

A kì í fi idà, pa ìgbín. No one kills a snail with a sword.

A kì í fi iná sí orí òrùlé sùn. No one goes to sleep with the roof of his house on fire.

A kì í fi ìtìjù kárùn. One does not allow oneself to get infected with a disease out of shyness (or shame).

A kì í fi nǹkan onínǹkan t'ọrẹ. One should give what does not belong to one, out as a gift to someone else.

A kì í fi oyin sí ẹnu, kí a sín itọ́ rẹ̀ dà'nù. One cannot have honey in one's mouth and spit it out.

A kì í fi ọbẹ fá orí igún, kí a fi fá orí àkàlàmàgbò kí ó wá di orí àtíòro kí a wá ní ọbẹ kú. We should not scrape the head of the vulture with a knife, scrape the head of a crow with the same knife, and when it is the turn of the tassel, claim that the knife is blunt.

A kì í fi òdì àdá bẹ igi. No one cuts a tree with the blunt side of a cutlass.

A kì í fi ohun tí a bá mọ̀ọ́ jẹ nu'ni. No one needs to be fed with what he or she knows how to eat.

A kì í fi ọjọ́ kan, bọ́ ọmọ tó rù. A lean child cannot be fattened in just one day.

A kì í fi ojú egbò tẹ ilẹ̀. No one steps on the ground with the surface of an open wound.

A kì í fi ojú olójú ṣ'òwò káa j'èrè. One cannot trade with someone else's eyes and profit.

A kì í fi ojú ọwọ́ ṣiṣẹ́ tán, káa tún wá fi ẹ̀hìn ọwọ̀ dàánù. One should not destroy with one's backhand what one's open hand had accomplished.

A kì í fi oko pamọ́ fún ìwọ̀fà. The farm should not be kept hidden from a pawned-servant (who is to work on it).

A kì í fi ọ̀ràn pápá lọ ẹja; a kì í fi ọ̀ràn odò lọ eku. No one consults a fish for what happened in the field and a rat for what happened in the river.

A kì í fi orí adé sán gbàǹgede. One ought not to bring the king (or royalty) into disrepute.

A kì í fi oró san oró; aforósanró kì í jẹ́ k'óró ó tán láyé, afikàsànkà kì í jẹ́ ki ìkà ó tán bọ̀rọ̀. Evil should not be repaid with evil; those who repay evil with evil or wickedness with wickedness exacerbate them.

A kì í fi owó du oyè alágbára. The title of a strong man is not to be contested with wealth.

A kì í fi owó ra ẹṣin tán, kí a tún máa fi owó ra yàgò l'ọ̀nà. One cannot buy a horse and had to pay for the thoroughfare to take it away.

A kì í fi ọwọ́ tẹtẹrẹ mú ìbọn. A gun is not to be handled carelessly.

A kì í fi'ni j'oyè àwòdì, ki a ma le gbé adìyẹ. One ought not be enthroned a hawk and be unable to catch hens.

A kì í fi ọlá jẹ iyọ̀. No one takes salt according to how wealthy he or she is.

A kì í fi ọmọ àparò sí abẹ́ jẹ ọkà. No one eats corn while a partridge is within his vicinity.

A kì í fi oyin sí ẹnu, ká rún ojú pọ̀. One cannot have honey in one's mouth and wear a frown.

A kì í fúnni ládìyẹ sìn, kí a tùn máa ka oye ẹyin tó yé. One should not be counting the eggs laid by a hen already giving out as a gift.

A kì í fura sí ẹni tí a ńbá rìn; ẹni tí a bá ńfura sí, a kì í bá irú wọn rìn. We shouldn't be suspicious of those we associate with; we should not associate with those we are suspicious of.

A kì í gba àkàtà lọ́wọ́ akítì; a kì í gba ilé baba ọmọ lọ́wọ́ ọmọ. No one can stop monkeys from squatting; no one should deprive a child of his patrimony.

A kì í gbá ni l'ójú, kí orúnkún ṣ'ẹ̀jẹ̀. One cannot be slapped in the face and the knee bleeds.

A kì í gbé ilé mọ ẹni tí ogún pa. One cannot be at home and know who was killed at war.

A kì í gbé iná wo ojú ẹkùn. No one takes a lamp to see a leopard's face.

A kì í gbé iyán sílé, da ọkà láàmú ní ta. One ought not to leave pounded yam at home to encumber yam flour meal outside.

A kì í gbé létí odò, kí á fi itọ́ wẹ ọwọ́. One ought not to live by the riverside and have to wash one's hands with saliva.

A kì í gbé odò j'iyàn, bóyá ọṣẹ hó tàbí kò hó. We cannot be at the stream and argue whether or not soap lathers.

A kì í gbé òkèèrè mọ dídùn ọbẹ̀. How tasty a soup is cannot be known from afar.

A kì í gbénú ilé ẹni fi ọrùn rọ́. One cannot remain in one's home and strain one's neck.

A kì í gbin ẹ̀pà sí oko ikún. Groundnuts ought not to be planted on the ground squirrel's farm (since squirrels eat groundnuts).

A kì í gbọ́ ikú ilẹ; kàkà kí ilẹ kú, ilẹ á ṣá ni. You won't hear of the death of the soil; rather it would go barren.

A kì í gbọ́ kúkù òjò, da omi agbada nù. No one throws away the water in the trough simply because the cloud rumbles.

A kì í gbọ́ 'Lùú!' lẹ́nu àgbà, àgbà tó bá wí bẹ̀ẹ́ kì í to ilé. We shouldn't hear "Beat him up!' from an elderly person; an elder that utters such, seldom foster unity.

A kì í gbọ́ Ọ̀yọ́ ju ọlọ́yọ̀ọ́ lọ. One cannot claim to be more proficient at Oyo dialect than an Oyo indigene.

A kì í gbọ́n ju báyìí ni nmáa ṣe nǹkan mi. One cannot be wiser than one who has made up his or her mind.

A kì í jábọ́ lórí ọpẹ, kí a tun jọba ni ìsàlẹ̀. One cannot fall off a palm tree and thereafter expect to be enthroned a king.

A kì í jayé ọba kí a ṣu sára. One shouldn't enjoy the privileges of royalty and defecates on oneself.

A kì í jẹ ọgẹ̀dẹ̀ kó wú ni lẹ́rẹ̀kẹ̀. One cannot eat banana and end up with swollen cheeks.

A kì í jẹ ègún mọ́ iyán. Pounded yam is not eaten along with the lumps.

A kì í jẹ ọba tán kí a l'ójo. One cannot be enthroned king and reflect cowardice.

A kì í kán'jú lá ọbẹ̀ gbígbóná, tí a bá kán'jú lá'bẹ̀ gbígbóná, á bó ni l'ẹnu, tí ọbẹ̀ bá wá tutù tán, ẹnu wo la ó fi j'ata. One does not sip hot soup in haste, else it would hurt one's mouth, and when the soup cools, with what mouth would one eat?

A kì í kánjú títí kí a fi ẹ̀hìn ẹsẹ̀ kọ. No one can be in so much haste that he stumbles with the heels.

A kì í kọjá lójúde ọba, kí a má kí ọba. No one passes by the king's palace and not greet the king.

A kì í kọ́'ni kí a mọ ti inú ẹni. You can teach a person but you cannot know his thoughts or decisions.

A kì í kóòríra ọ̀fọ́n-ọ̀n, kí a fi iná bọ ahéré. No one hates the mouse so much as to set the farm-house ablaze.

A kì í láhun ká níyì,. You cannot be stingy and be honoured.

A kì í lé èkúté ilé ẹni kí a fi apá rọ́. One cannot chase the mouse in one's house and dislocate one's arm.

A kì í lóko lọ́nà kí a ṣe ìmẹ́lẹ́, tí a bá ṣe ìmẹ́lẹ́, tajá tẹran nií fini ṣẹlẹ́ya. One cannot have a farm to tend to and loaf about, and not become an object of ridicule to everyone.

A kì í l'ọ̀kọ́ nílé, kí a fi ọwọ́ kó imí. One cannot have a hoe in the house and had to pack faeces with one's hands.

A kì í mọ ara á họ, tó alára. No one can be adept at scratching someone else's body better than the person himself.

A kì í mọ́ egbò fún ara ẹni, kí a sun'kún. No one applies a hot compress to his wounds by himself and weep.

A kì í mọ ibi tí à ńlọ, kí ọrùn ó wọ'ni. One cannot be certain of one's destination and still be weighed down by the load carried.

A kì í mọ ìyá Òjó, ju Òjó lọ. One cannot claim to know Ojo's mother more than Ojo, himself.

A kì í mọ iyì wúrà tí kò bá sọnù. A piece of gold (ornament) is seldom appreciated until it gets lost.

A kì í mọ ọkọ ọmọ tán, kí a tún mọ àlè rẹ. One ought not to know the husband of a maiden, and knows her concubine as well.

A kì í mọ okùn alájá, ki a lẹ́ẹ́ l'ókò. One cannot know the owner of a dog and get it pelted.

A kì í mọ orúkọ Ọlọ́run, kí ìyà ó jẹ'ni. One cannot know God's name (or really know God for sure) and suffer.

A kì í mọ̀ọ́ wẹ̀, kí a wẹ ayé já. One cannot be so adept at swimming as to swim straight round the whole world.

A kì í mọ̀ọ́ gún mọ̀ọ́ tẹ̀, kí iyán ewùrà má lọ́mọ. One cannot be so adept at pounding and stirring water yam that it won't have lumps.

A kì í mọ̀ọ́ rìn mọ̀ọ́ yan, kí orí má mì l'ọ̀rùn. One cannot be so adept at walking and marching that the head won't shake on the neck.

A kì í ní ẹgbàá nílé, wá ẹgbàá ròde. One ought not to have something at home and go out in search of it.

A kì í ní ẹni ní ìdí ọsàn, kí á mu kíkan. One cannot have one's person where oranges are, and eat a sour orange.

A kì í ní inúure kí a kú; ìdáró ló máa pò̩. Kindness does not kill; regrets will simply be substantial.

A kì í ní iwájú orí, kí a máà ní ìpàkọ. One cannot have the forehead and not have the backhead.

A kì í ní kí Gàmbàrì má sun rárà, tí kò bá ṣáà ti fi ki ìyá ẹni. Gambari' may well render an elegy, as long as it's not for one's mother.

A kì í ní kí ọmọ ẹni má dẹ́tẹ̀, tó bá ti lè dá igbó gbé. A child should not be restrained from becoming leprous, as long as he can live in the forest alone.

A kì í ni ọ̀kánjúwà kí a mọ̀, ará ilé ẹni ni í sọ fún ni. You cannot be greedy and know; it needs to be pointed out to you by those close to you.

A kì í ní òtítọ́ nínú, ká gba àwìn ìkà sí ọ̀rùn. We should not know the truth, yet take delight in wrongdoing.

A kì í ní igi ní igbó, kí a má mọ èso rẹ̀. One cannot own a tree in the forest (or farm) and not recognise its fruit.

A kì í pe olè kó wá jà, kí a tún ní kí olóko wá mu. We ought not to invite a thief to steal (at a farm) and yet call on the farm owner to come and apprehend him.

A kì í pẹ̀lú ọbọ já'ko. No one joins a monkey to roam the forest.

A kì í pín itan ajá, kó kan lèmọ́mù. A dog's thigh does not get shared and a portion will get to an imam (a muslim cleric).

A kì í pọn ọmọ ti yóò yọ ẹsẹ̀ sí'lẹ̀. No one backs a child who is so grown that his legs would pop out.

A kì í ra ẹ̀kọ, ní ibi agbọ̀n ti ga. No one buys the corn meal, where the basket (container) is beyond one's reach.

A kì í rà kún ogún pín, ohun ti òkú ba fi sílẹ̀ lẹbí máa pín. No one buys more items to add to an inheritance in order to share them; whatever the deceased leaves behind is what would be shared.

A kì í rí adìyẹ nílẹ̀, kí a da àgbàdo fún ajá. We cannot have the hen around and pour out corns to the dog.

A kì í rí arẹ́májà, a kì í sì í rí ajàmáàrẹ́. There are no friends who do not quarrel and there are no quarrelling persons who can't be friends.

A kì í rí ewú lọ́sàn. Bush rats are not seen in the afternoons.

A kì í rí ẹran lọ́bẹ̀, kí a p'òṣé. No one hisses at seeing (pieces of) meat in a (plate of) soup.

A kì í rí ọmọ ọba, kí a má bàá dánsákì lára rẹ̀. One cannot see a prince and not see him exude the aura of royalty.

A kì í ru ẹran erin l'órí, kí a tún máa fi ẹsẹ̀ wá ìrẹ ní ìsàlẹ̀. No one carries the meat of an elephant on his head and fish for crickets with his feet.

A kì í sá fún ikú, kí a wá bọ́ sí àkọ̀ idà. No one who is running away from death hides himself in the sheath of a sword.

A kì í sá fún ojúṣe ẹni. One ought not to abdicate one's responsibility.

A kì í ṣe fáàrí ẹsẹ̀ dídì, si ọmọ adẹ́tẹ̀. One does not brag about fists to the child of a leper.

A kì í ṣìpẹ̀ ìnàró fún abuké. No one compels a hunchback to stand upright.

A kì í ṣíwájú ẹlẹ́ẹ̀dẹ́ pe ẹ̀ẹ̀dẹ́, nítorí a kò mọ̀ bóyá ẹ̀ẹ̀dẹ́gbẹta ló fẹ́ pè ni à bí ẹ̀ẹ́dẹ̀gbẹrin. Do not preempt anyone who started saying ẹ̀ẹ̀dẹ́, as one does not yet clearly know if he intends to say ẹ̀ẹ́dẹ̀gbẹta (500) or ẹ̀ẹ́dẹ̀gbẹrin (700).

A kì í so ẹran mọ́ ẹran, kí ẹran kan ẹran pa. A ram tetheered to another shouldn't be allowed to be butt to death.

A kì í sọ òkò sí ẹyẹ tó ńwá ọ̀nà làti fò. Stones should not be thrown at a bird that wants to fly away.

A kì í ṣoore tán kí a lóṣòó tìí; tí a bá ṣoore tí a lóṣòó tìí, bí aláìṣe nií rí. We shouldn't insist on being repaid or recognised for our kindness; if we do, it would seem as if no kindness had been shown.

A kì í s'òótọ́ inú, kí ọ̀rọ̀ ẹni má d'ayọ̀, báyé ẹni bá burú, ìwà èèyàn ló yẹ ká wò. A honest life cannot but end well; if a life remains unpleasant, the person's character need to be examined.

A kì í sọ̀rọ̀ ìkọ̀kọ̀, lójú olófòófó. A confidential matter is not to be discussed in the presence of a talebearer.

A kì í ṣe òwò méjì, kí ẹran má jẹ ọ̀kan. One cannot be engaged in two trades and one of the trades would not suffer neglect.

A kì í ṣú'pó alààyè. A wife cannot be inherited, while her husband is still living.

A kì í ta ẹ̀kọ tó rọ̀, fún ara ilé ẹni. An unduly soft corn meal ought not to be sold to one's close relations.

A kì í ti ojú aládìyẹ kì í sí iná. No one kills and roasts a chicken in the presence of the owner.

A kì í tìtorí gbígbó pa ajá, a kì í tìtorí kíkàn pa àgbò, a kì í tìtorí wérewére pa òbúkọ. A dog does not get killed for barking, a ram does not get killed for butting and a he-goat does not get killed for stupidity.

A kì í tìtorí ohun tí a ó jẹ, ba ohun tí a ó jẹ́, jẹ́. We shouldn't destroy what we would become, because of what we would eat.

A kì í tìtorí pé a pẹ, kí a tún wá padà sí ẹ̀hìn. One cannot go back to where one is coming from, simply because one has been delayed.

A kì í tìtorí pé ọbọ ńlóòṣó, kí a wá ta ọbọ kí a fi owó rẹ̀ ra ajá. One shouldn't sell a monkey to buy a dog, simply because monkeys squat.

A kì í tojú oníka mẹẹ́sán kàá. One shouldn't count the toes of someone with nine toes in his presence.

A kì í tó'ni í bá rìn, kí a máà tó'ni í bá s'ọ̀rọ̀. One cannot associate with someone and be unable to advise the person.

A kì í torí àwíjàre, kí itọ́ ó wá gbẹ l'ẹnu. No one depletes the saliva in his or her mouth, in order to plead to be vindicated.

A kì í tún yin ìbọn, sí ilé tó ti tú. No one continues to shoot into a house already desolated.

A kì í wá aláṣọ àlà, ní ìsọ elépo. A person in white linen should not be looked for in the stalls of palm oil sellers.

A kì í wá ìwo lọ sí ilé ajá. No one looks for horns in a (dog's) kennel.

A kì í wà nínú ìṣẹ́, ká pa erin tọrẹ. One cannot be in poverty and slaughter elephant for celebration with others.

A kì í wá ohun tó wà ní àpò ṣòkòtò, lọ sí Ṣókótó. No one goes seeking in Sokoto town, what is evidently in the pocket of one's trouser (a play on the word Sokoto, both meaning trouser and Sokoto town depending on the diacritics).

A kì í wá ojú ẹja tì, nínú omi. Fish's eyes cannot be difficult to find in the river.

A kì í wáyé kí a má da nǹkan, ohun tí a ó dà laà mọ̀. One cannot be born and not become something; it's what it is that may not be known.

A kì í wí fún onígbègbè, pé kó gbé ti ọfun rẹ̀ mì. No one tells someone with goiter to swallow his goiter.

A kì í wí ẹjọ́ wíwò, kí a jàre. No one is justified complaining about being looked at by another.

A kì í wo ago aláago ṣiṣẹ́. Don't carry out your duties using someone else's time piece.

A kì í wo ẹkùn lórí ìjókòó, kí kọlọ̀kọlọ̀ máa rìn kiri. The fox cannot be pacing around, in the presence of the leopard.

A kì í yàgò fún ẹlẹ́ṣin àná. No one gives way (or defer) to someone who used to own a horse.

A kì í yangan bàtà, lójú ẹni tí kò lẹ́sẹ̀. Don't brag about shoes in the presence of someone who has no legs.

A kì í yí ìkòkò bí ẹni yí odó. Don't handle a pot the way you handle a mortar.

A kì í yin ọmọdé lójú ara rẹ̀; ìfàsẹ́hìn ni í kángun ẹ̀. A youngster should not be praised to his face; such an action often results in regression.

A kì í yọ owó ohun, tí a kò ní í rà. One should not be haggling what one has no interest to buy.

A kò gbọdọ̀ tìtorí kòkòrò kó síni lójú, kí a wá ki igi bọ ojú náà. One shouldn't poke a stick into one's eye simply because an insect entered the eye.

A kò lè so ajá mọ́'lẹ̀, kí a so ẹkùn mọ́'lẹ̀, kí a wá mú ìrù ẹkùn lé ajá l'ọ́wọ́. We cannot tie both the dog and the leopard down and hand over the leopard's tail to the dog.

A kò lè tìtorí iná orí, bẹ́ orí náà sọnù. One cannot cut of the head, simply because it's hair has lice on it.

A kò lè tìtorí pé a fẹ́ jẹran, kí a wá máa pe màlúù ní bọ̀ọ̀dá. One cannot defer to and call a cow a brother because one desires beef.

A kò lè tìtorí pé a fẹ́ kí ẹṣin kú iṣẹ́, kí a wá ní kí orí adé rin'sẹ̀. We cannot ask the king to trek, because we want to appreciate the horse.

A kò lè tìtorí pé a fẹ́ lọ Ẹdẹ, kí a wá ba ẹ̀ẹ̀dẹ̀ jẹ́, nítorí tá a bá dé láti Ẹdẹ, ẹ̀ẹ̀dẹ̀ náà la ó fi àbọ̀ sí. One shouldn't mess up the porch of one's house simply because one is off on a trip to Ẹdẹ town, since one will still end up at the porch when one returns.

A kò lè tìtorí pé a lè ti ojú orun dé ojú ikú, kì a má sùn mọ́. One cannot refuse to sleep simply because one may die while sleeping.

A kò lè tìtorí pé kí ẹran má jẹ èèrí, kí a wá da ẹ̀kọ sí àátàn. We shouldn't pour (away) the pap unto the dunghill, simply because we want to prevent the goat from eating the chaff (from making the pap).

A kò lè tìtorí pé ọlẹ̀lẹ̀ ò dùn, kí a fikanra mọ́ ewé. One ought not to take out the tastelessness of the steamed bean cake on the leaf wrappings.

A kò lè tìtorí pé ọnà jìn kí a wà padà sẹ́hìn. One cannot abort a journey, simply because the destination is far.

A kò mọ iṣu tí yóò k'ẹ́hìn ọgbà. No one knows the yam that would be the last in the barn.

A kọ́ni ò ní ká ṣe ìkà, báà níkà nínú; tani ńkọ́ni kí a tó ṣe rere? That one was so advised is no reason to be wicked, if one is not a wicked person already; who teaches anyone to do good?

A máa kọ́kọ́ lé akátá lọ ná, kí a tó padà wá bá adìyẹ. We ought to first chase away the fox before reverting to the hen.

A máa ńbá èyàn wá iṣẹ́ ni, a kì í bá èyàn ṣe. One may assist someone to get a job, but its up to him to do the job.

A máa ńwá ọrẹ́ kún ọrẹ́ ni, a kì í wá ọtá kún ọtá. One ought to seek to make friends and not enemies.

A ńb'ẹrù alájá, ajá ṣe bí òun là ńb'ẹrù. While one revers the owner of a dog, the dog presumes it's the one being revered.

A ńgba adìyẹ lọ́wọ́ ikú, ó ní wọn kò jẹ́ kí òun lọ àkìtàn lọ jẹ. One is trying to save the hen from death, yet it complains that one won't allow it go to the dunghill to eat.

A ní èyàn ò dára, ẹni òjò ló paá; ṣé òjò máa ńba ẹwà jẹ ni? We claim someone is not beautiful and this was attributed to her being beaten by rain; does rain soil beauty?

A ní ká pa ejò, kí ìkà tán nílẹ̀, paramọ́lẹ̀ l'óhun wà l'órí àba; irú ọmọ wo ni afàyàfà máa bí bíkòṣe ọmọ oró? One plans to kill a snake so as to stem the tide of evil, but the snake claimed it is brooding on its eggs; what offsprings would it hatch, but wicked (or venomous) ones?

A ní kí ẹ jẹẹ́, ẹ léegun lásán ni; a ní kí ẹ gbée sọnù ẹ lẹ́ran díẹ́ wà ńbẹ̀. When asked to eat it, you claimed it's a mere bone; yet when asked to discard it, you claimed it contains a little meat.

A ní kí ohun tó wuni wá, ohun tó dára ló yọjú; bó bá dára bí kò wuni ńkọ́? One beckons on the desired but the beautiful pops up; what if it's beautiful but not desired?

A ní kí olókùnrùn ṣe tó, ó lóun ò lè ṣe tó, tò, tó. A sick person was merely asked to say a single "to", he insisted that he could not say "to to to".

A ńkíyèsí gẹ̀gẹ̀ ni, kó má báa gba ọrùn ká. One ought to promptly attend to goiter, less it goes round the neck.

À ńmú ẹyẹ bọ l'ápò, o ńbèèrè pé ṣé pupa ni àbí dúdú. A bird is being pulled out from the pouch and you are asking if it is red or black.

À ńpe gbẹ́nàgbẹ́nà, ẹyẹ àkókó ńyọ'jú. One requests for a carpenter, but the woodpecker shows up.

À ńrọjú jẹ ẹkọ ọbùn, ọbùn tún ńpọ́n ẹkọ rẹ̀ kéré. One puts up with the corn meal of a filthy vendor, yet she serves them expensively.

À ńtorí Ọ̀já jà, Ọ̀já ní ta ló ńjà lẹ́hìnkùlé òun. One fights to defend Oja (a hypothetical fellow), yet he wonders about those disturbing the peace at his backyard.

A ńwá ọnà àti fi aṣiwèrè s'ílẹ̀, ó ní bí a bá dé òkè odò, kí a dúró de òun. One seeks how to dissociate from someone, yet he requests that one waits for him at the bank of the river.

A rí igi lóko, kí a tó fi ọmọ̀ gbẹ́ ìlù. There were other trees in the forest before the mahogany tree was chosen to make a drum.

À ti d'adé kìnìún, kò ṣe ẹ̀hìn Olódùmarè. The supremacy of the lion among other animals is not without God's knowledge.

À ti gbé ìyàwó kò tóó pọ́n, owó ọbẹ̀ ló ṣòro. To get married is not an issue, it's providing money for stew (or bearing the marital responsibilities) that is difficult.

À ti jẹ awùsá, kò tó à ti mu omi síi. To eat the walnut is nothing like drinking water after eating it.

À ti ra ìbọn kò tó àti ra ẹ̀tù; ọjọ́ kan la ńra ìbọn, ojojúmọ́ la ńra ẹ̀tù. Acquiring a gun is not comparable to buying the gun powder; a gun is acquired once, but the gun powder has to be bought every day.

À ti rán'mú gángan, kò ṣẹhìn èékánná. The nasal sound of the talking drum isn't without the knowledge (or cooperation) of the finger nails.

A ti wáyé ò ṣòro, à ti gbé ayé ní nǹkan. It is no issue to be born into the world; to survive in the world is what is crucial.

A wọ ṣòkòtò sùn, kò ní kí ogun má jà ìlú. That one sleeps in one's pair of trousers won't stop the town from being besieged by war.

Aájò ju owó lọ. To be caring is superior to providing financial support.

Àánú ojú, kì í jẹ́ kí a ti ọwọ́ bọ ojú. The respect one has for the eyes won't let one poke fingers into them.

Ààrò kì í gbóná kó máà tutù. The hearth does not get hot, without becoming cold eventually.

Ààrò tó bá tutù ladìyẹ ńyé sí. It's only in a cold hearth that a hen can dare lay its eggs.

Ààtàn tí kò bá gba ẹgbin, kò ní kún bọ̀rọ̀. A refuse dump that's intolerant of filth won't be filled up easily

Aáyá yó ní ọjọ́ kan, ó ní kí wọ́n ká òun léyín ọ̀ọ́kán. The monkey had its fill one day, and requested that its front teeth be removed.

Aáyán fẹ́ gẹṣin, adìẹ ni kò gbà fún un. The cockroach would love to ride a horse; but the hen won't allow it.

Aáyán fẹ jó; adìyẹ ni kò jẹ. The cockroach would love to dance, but for the (predatory) hen.

Ààyè làá jogún ọrẹ́, b'ọ̀ọ̀rẹ́ kú tán, ogún rẹ̀ kò kan ni. The benefits from friendship must be realised while alive; a dead friend's estate cannot be inherited.

Àbá ni ikán ńdá; ikán ò lè mu òkúta. The termite is merely wishful, it cannot sting the stone.

Abarapá, ti gbogbo ayé, olókùnrùn jẹ́ ti ara ẹ̀ nìkan. A strong healthy person is for (or admired by) all, but a sick person is on his own.

Abàtà takété, bí ẹni pé kò bá odò tan. The marshy place keeps apart as if it is unrelated to the river.

Abẹ́ igi tí àá sinmi sí, a kì í gé ẹka rẹ̀. One shouldn't cut off the branches of a tree, in whose shade one would rest.

Abẹ́rẹ́ á lọ, kí ọ̀nà okùn tó dí. The needle will go through before the path is blocked for the thread.

Abẹ́rẹ́ ò ṣéé gún'yán. A needle cannot be used to pound yam.

Abèèrè ọnà kì í ṣì'nà. One who enquires about the road (he is taking) never gets lost.

Abẹ́rẹ́ ti bọ́ lọ́wọ́ adẹtẹ̀, ó ti di ète. Once the needle drops from a leper's hands, picking it up will require some craftiness.

Abẹ́rẹ́ tó lókùn ní ìdí, kì í sọnù. A needle affixed with a thread, never gets lost.

Abẹ́rẹ́ tó nínú ogún ológún. A needle (if shared with one) should be enough out of someone else's inheritance.

Abẹ́rẹ́ tó wọnú òkun, kò ṣéé wá. A needle that dropped into the sea cannot be searched for.

Abẹsẹ̀ tín-ín-rín mọ̀ọ́ jó, kò mọ̀ọ́ jó, bàbá rẹ̀ ló pe'lù. Whether or not the person with skinny legs can dance, his father at least paid for the music.

Abinúfùfù ni í ńwá oúnjẹ fún abinúwẹ́rẹ́wẹ́rẹ́. The quick-tempered person will serve the mild-tempered one.

Àbọ ọrọ̀ la ńsọ fún ọmọlúwàbí, tó bá dé inú rẹ̀, á di odindi. A word is enough for the wise.

Àbújá kan ò sí lórí ọpẹ, ibi tí a bá ti gùn ún, ibẹ̀ ni a ti í sọ ọ́. There is no short-cut to climbing the palm-tree; where one mounts it is exactly where one disembarks it.

Àbùkù tó kan ẹni mẹta, ti di ẹgbẹ́jọdá. Whatever disgrace affects three people is no longer an isolated case.

Àbùkún layé gbà. The world seeks those who would add to it.

Àdàbà ò náání àńkùn'gbẹ́, pápá ńjó, ẹyẹ oko fò lọ. The dove has no regard for the bush being set on fire; once the bush is on fire, the dove simply flies away.

Adákẹ ma fọhùn a kò mọ ti ẹni tí ńṣe. One does not know whose side a reticent person is.

Àdán doríkodò ó ńwo iṣe gbogbo ẹyẹ. The bat is thoughtfully quiet and watches the activity of the other birds.

Àdán mọ bó ṣe búrẹ́wà tó, ló ṣe ńfò lóru. The bat knows how uncomely it looks, which is why it flies at night.

Àdán tó sùn sí ìdí ọsàn, kò rí he, bèlèté odídẹrẹ́ tó lóun jí dé. The bat that slept by the orange tree found no orange to eat, yet the parrot that claimed to come early in the morning is still complaining.

Àdáníkànrìn ejò ló ńjẹ ọmọ ejò níyà. It's penchant for moving alone is what exposes the snake to life-threatening risks.

Adánilóró fi agbára kọni. Those who do evil to others simply make them stronger.

Adániwáyè ò gbàgbé ẹnìkan; àìmàsìkò ló ńdààmú ẹ̀dá. God hasn't forgotten anyone; ignorance of divine timing is what makes us fret.

Àdáṣe ni í hun'ni, ìbà kì í hun'ni. Stubbornly going it alone is what can spell doom, deferring to those ahead (and obtaining their support), harms no one.

Adé orí ọ̀kín, kò lè ṣe déédé orí ẹyẹkẹ́yẹ. The crown on the head of the peacock simply cannot fit any other bird.

Adẹ́tẹ̀ ò lè fún wàrà, ṣùgbọ́n ó lè da wàrà nù. A leper is definitely incapable of churning milk, but can very well waste it.

Adìyẹ bà l'ókùn; ara ò rọ okùn ara ò rọ adìyẹ. The hen perched on the line; both the hen and the line are no longer at ease.

Adìyẹ funfun kò mọ ara rẹ̀ lágbà. The white hen does not know (or appreciate) itself as an elder.

Adìyẹ kì í kú, kí a da ẹyin rẹ̀ nù. A hen cannot die and its eggs would be thrown away.

Adìyẹ kì í yé dúdú. Hens do not lay black eggs.

Adíyẹ kọ ìwé, òyìnbó kà á tì. The hen writes and the white man could not read (decipher) it.

Adìyẹ ńjẹ yangan, ó ńmu omi, ó ńgbé ókúta mì, ó tún ńsunkún àìléyín; ṣé òbúkọ tó léyín ńjẹ irin ni? Hens eat corns, drink water and swallow stones, yet lament lacking teeth; do goats eat pieces of iron with theirs?

Adìyẹ ńlàágùn, ìyẹ́ ara rẹ̀ ni kò jẹ́ ká mọ̀. Hens really do sweat; it is simply concealed by their feathers.

Adìyẹ ò lè ti ìwòyí máa sunkún àìléyín. The hen cannot now begin to wail for lacking teeth.

Adìyẹ rí alásáà, ó pa ìyẹ́ rẹ̀ mọ́. The hen saw a snuff seller and kept its feathers to itself.

Adìyẹ ti dé ilé ayé pẹ́, orí rẹ̀ ni kò tóbi. The hen has been long in existence; it's head simply remains diminutive.

Adìyẹ tí ò kú, ṣì máa jẹ àgbàdo. The hen that did not die will eventually get to eat corn.

Adìyẹ tó ńfi ẹsẹ̀ wa'lẹ̀, ló mọ ohun tó ńwá. The hen scratching the ground with its toes, very well knows what it's searching for.

Adìyẹ tó ńṣu s'ínú ìṣasún, sàréè rẹ̀ ló ńbàjẹ́. A hen that is defecating into a pot is desecrating its grave.

Adùn ńbẹ lẹ́hìn ewúro. There is sweetness in bitter-leaf, at the end.

Adùn-ńṣe bí ohun tí Ọlọ́run lọ́wọ́ sí, aṣòroóṣe bí ohun tí Ọlọ́run kò fẹ́. As easy to accomplish as what God sanctions, and as difficult to do as what He opposes.

Àdúrà yá ju èpè; tí àdúrà bá mọ bí orí èékánná, ó yá ju èpè agbọn kan lọ. Prayers are better than curses; if a prayer is not more than the tip of a finger nail, it is better than a basket-full of curses.

Afàkàrà je ẹ̀kọ kò mọ iyì ọbẹ̀. A person who gets to eat his corn meal with fried bean cakes does not value soup.

Afàpótí rọrí kò lè gbádùn orun. Whoever uses a box as a pillow cannot sleep comfortably.

Afẹ́fẹ́ kò ní fẹ́, kó máà kan igi oko lára. The breeze won't blow in the forest and not touch the trees.

Afẹ́fẹ́ to fẹ́ ló jẹ́ kí a rí fùrọ̀ adìyẹ. The breeze is what exposed the underside of the hen.

Afẹ́kájẹmáàfẹ́káyó ló nfún ni l'óko ìdí ọpẹ ro. Only the person that wants one to eat and not be satisfied would give one the base of the palm tree to farm.

Afọgbọnọlọ́gbọn ṣe ọgbọn kì í ṣìṣe. Those who adopt the wisdom of others seldom trip.

Afọgbọ́nọlọ́gbọ́n ṣe ọgbọ́n kì í tẹ́ bọ̀rọ̀. Those who are smart to adopt the wisdom of others seldom get shamed.

Afọ́jú tó dijú, tó ní óun ńsùn, ìgbà tí kò sùn kí ló rí? What did a blind man who closed his eyes and claimed he is sleeping, see while awake?

Àfòmọ́ ńṣe ara ẹ̀, ó l'òún ńṣe igi. The parasitic plant hurts itself, and believes it is hurting the (host) tree.

Àfòmọ́ ò légbò, gbogbo igi ni í bá tan. The parasitic plant has no root; it lives off all trees.

Àfòpiná tó fẹ́ pa iná a súyà; ẹrán ńpọ̀ sí i ni. A moth that wants to put out the barbecue fire would become part of the barbecue.

Àfòpiná tó l'óun yó pá fìtílà, ara rẹ̀ ni yóò pa. Any moth that wants to put out the naked lamp, will burn itself to death.

Afọwọ́fọnná kì í mọ́wọ́ dúró. No one packs live coals with his hands and maintain steady hands.

Agada kò mọ orí alágbẹ̀dẹ. The sword has no respect for the head of its maker (the blacksmith).

Àgádágodo kò fi inú han ara wọn. Padlocks do not open up to one another.

Agánrán tó bímọ sílẹ̀ tí kò ní ìkà, ọmọ tirẹ̀ kọ́, ọmọ ẹlòmíràn ni. The green parrot's offspring that is not wicked must be the offspring of some other creature.

Agara kì í dá oníṣẹ́ Ọlọrun. God's messenger never grows weary.

Àgbà ajá kì í ba àwọ ẹranko jẹ́. A matured (hunting) dog does not mess up the skins of animals.

Àgbà gbàǹgbà kọ́ a ńwí, ẹni tí Ọlọrun bá ṣe ní ògo, ògo ni. It is not about physical size, honour is bestowed on who God blesses.

Àgbà kì í rí erin, kó di èlírí mọ lọ́wọ́. An elderly person cannot claim to have seen an elephant, and it would turn out to be a tiny rat.

Àgbà kì í ṣe orò bí èwe. Elderly persons should not behave childishly.

Àgbà kì í sunkún lójú ẹni tí kò ní ṣìpẹ̀ fún un. An elderly person won't weep in the presence of a person who won't (or can't) console him.

Àgbà kì í wà lójà, kí orí ọmọ tuntun wọ́. An elder cannot be in the market and the head of a child (backed by the mother) will be bent.

Àgbà kò sí, ìlú bàjẹ́; baálé ilé kú, ilé di ahoro. Without elders the city was ruined; with the father's death, the home was desolated.

Àgbà mẹ́ta ò lè ṣi èkùlù pè; bọ́ọ̀kan pe ekúlu, èkejì á pe ekulu, ẹ̀kẹ̀ta á sì pe èkùlù. Three elders cannot all have issues pronouncing 'ekulu' (a species of deer) properly.

Àgbá òfifo ni í pariwo, èyí tó lómi nínú kì í dún. Only an empty vessel is noisy, the one filled with water isn't.

Àgbà tí kò bà fẹ́ kílé dàrú, irú wọn máa ńsúùfé wọlé ni. An elder who does not want his home desolated, pre-announces his arrival by whistling.

Àgbà tí kò bínú, ni ọmọ rẹ̀ ńpọ̀ jọjọ. Only a tolerant elder (that is not easily angry) gets to have lots of 'children'.

Àgbà tó fi májèlé wẹ́lọ, bí kò bá pa ara rẹ, yóò pa ọmọ ọlọ́mọ. If an elder who is enquiring about poison does not kill himself, he would kill someone else, eventually.

Àgbà tó gbọ́n, kì í kánjú dá ẹjọ́. A wise elder won't judge a matter (or reach a conclusion), hastily.

Àgbà tó joko tó fọwọ́ lẹrán, ó lóhun tó ńrò. An elder that sat with his hands on his jaws has an issue he is brooding about.

Àgbà tó ńgbé àkàrà pamọ́, yóò sinmi rírán ọmọdé níṣẹ́. An elder who is hiding the fried bean cakes, ought to cease sending children on errands.

Àgbà tó ní sùúrù, ohun gbogbo ló ní. A patient elder already has all things.

Àgbà tó rí òkú ìkà lójúde, tó taá ní ìpá, ìkà fi ńpọ̀ si ni. An elderly person that kicked the corpse of a wicked fellow exacerbates evil.

Àgbà tó ro ẹ̀fọ́ ìkà, bó pẹ́ bó yá ọmọ rẹ̀ á jẹ ní ibẹ̀. Any elder who cooked a 'wicked' vegetable soup would eventually have his child eat out of it.

Àgbà tó so yangan mọ́ ìdí, ló sọ ara rẹ̀ di aláwàdà fún adìyẹ. An elder who ties maize to his pants is the one who makes himself an object of derision to the hen.

Àgbà wá búra bí èwe ò bá ṣe ọ rí. Let the elder come and swear if he has not been childishly before.

Agbádá ya lọ́rùn ó bàjẹ́. The top robe got torn on the neck and became flawed.

Àgbàdo inú ìgò, ó di àwòmọ́jú fún adìyẹ. The corns kept in a bottle are viewed with disdain by the hen.

Àgbàdo tó bá lọ́mọ, la ńtà fún aládúgbò ẹni. Only the corns with well-formed grains should be sold to one's neighbours.

Àgbàdo tó kọ̀ tí ò wálé, dun ara ẹ̀ lẹ́kọ ni. The corn that refused coming home (from the farm) threw away the chance of becoming pap.

Àgbájọ ọwọ́ la fi ńsọ àyà. One may only pat one's chest with the entire hand.

Àgbàlagbà kì í wẹ ọwọ́ tán, kó ní òun yóò jẹ sí i. An elderly person does not wash his hands (concluding his meal) and still insists he'll eat some more.

Àgbàlagbà tí ò kẹ́hùn sọrọ̀ bá ọmọ wí ní kékeré, á kẹtan sáré lórí ọmọ náà tó bá dàgbà, tí ẹnu ò káa mọ́. An elder (or a parent) who won't sharply reprimand a child when young would be compelled to run helter skelter when the child is fully grown and becomes grossly disobedient.

Àgbàlagbà tó lọ fi arúgbó ara kọ́ ìlù lílù, omele ni irú wọn ńsán kú. Whoever chose to learn and adopt drumming late in life would find himself confined to beating only the smaller drums.

Àgbàlagbà tó w'ẹ̀wù àṣejù, ẹtẹ́ ni yóò fi rí. An elderly person who dons the garb of intemperance will experience dishonour.

Àgbàrá ńba ọnà jẹ́, ó rò pé óún ńtún un ṣe. The flood is destroying the road, believing it is beautifying it.

Àgbàrá òjò kò kọ̀ kí ilé wó, onílé ni kò ní gbà fún un. The flood has no qualm pulling down the house, it's up to the occupants not to allow it.

Àgbàtán là ńgbọlẹ. Bí a bá dáṣọ fún ọlẹ, àá paá láró; bí a bá làá níjà, àá sìn-ín délé. The redemption of a lazy person must be total. If one buys clothes for him, one must dye them; if one defends him in a fight, one must accompany him home.

Agbẹ igi lére kan, kò lè gbẹ inu rẹ. No sculptor can carve the internals of whatever item he is carving.

Àgbẹ̀ jẹun yó, ó fọ́ akèrègbè, ó ti gbàgbé pé ọjọ́ òngbẹ ṣì ńbọ̀. The farmer that ate and broke the gourd, forgot that days of thirst are ahead.

Agbè ni í jẹ ẹgbin omi, àgbàlagbà ni í jìyà ọràn. The gourd receives the sediment of water; so an elder must exercise forbearance.

Àgbẹ̀ tí kòkó ẹ̀ yè, kì í ṣe mímọ́ọ́ ṣe ẹ̀, bíkòṣe Elédùà. A farmer with a thriving cocoa farm owes this not just to his effort, but to God.

Àgbẹ̀ tí kòkó ẹẹ́ yè, layé ló mọọ́ ṣe. The farmer whose cocoa plants thrive is the one deemed successful.

Àgbẹ̀ tó roko tí kò gbin ọkà lóun dá ikún lóró; ikún kọ́ ló dá lóró, ara ẹ̀ ló dá lóró. A farmer who ploughed his farm, but refused to plant any corn claimed he is hurting the ground squirrel; he hasn't hurt any squirrel, but himself.

Agbẹ́dó kan ò lè fi ìti ọgẹ̀dẹ̀ ṣe nǹkàn kan. The mortar carver cannot affect the plantain stem in any way.

Agbéwúrẹ́ ò lè máa ṣe ìdájọ́ agbádìyẹ. A goat thief cannot be adjudicating over a hen thief.

Àgbò dúdú kọjá odò, ó wá di funfun. The black ram crosses the river and turned white.

Àgbò méjì kì í mu omi ní koto. Two rams cannot drink water from the same calabash (containing water).

Àgbò tó fi ẹ̀hìn rìn, agbára ló lọ mú wá. A retreating ram has simply gone for more power (or momentum).

Àgbọ̀ìgbọ́tán Eègùn tí í dá ìjà sílè. Partial knowledge of the Egun language does result in contention.

Agbójú lógún fi ara rẹ̀ fún òṣì ta. Whoever trusts on hoped-for inheritance exposes himself to poverty.

Agbọ́kànlÓlúwa kò ní jogún òfo. Whoever places his hope on God will not hope in vain.

Àgbọn kì í ṣe oúnjẹ ẹyẹ. Coconut is no food for birds.

Agbọ́n ṣẹ́, oyin ṣẹ́, ojú olóko rèé, gòdògbò godogbo. Both the wasp and the bee denied responsibility, yet the farmer's face is heavily swollen.

Agbọ́n tí géńdé rí tó ńsá, ni aláàmù ńṣà jẹ lẹ́ẹ̀gbẹ̀ ògiri. The same wasps that humans see and run from are what lizards gladly feed on.

Agbọ́rọ̀ ìkọ̀kọ̀ ló ńba ara rẹ̀ nínú jẹ́. He who eavesdrops, saddens himself.

Agídí ata, kì í tó ti ọmọ ọlọta. The obstinacy of pepper pales compared to that of the grinding stone.

Agídí inú ata, kì í jẹ́ kí ata pọ́n bọ̀rọ̀. Pepper's stubbornness won't let it ripe fast enough.

Àgó tó gbọ́n ṣáṣá èbìtì ńpa á, áńbọ̀tórí malaaju. The (clever) stripped rat gets caught in a trap, how much more the (stupid) water rat.

Agódóńgbó inú ẹtu ńbá ẹtu lọ. The foetus in an antelope goes everywhere with the antelope.

Àgùtàn kò rí jẹ lèpo èsúrú; bó ti ńbọ́ sílẹ̀ ló ńká. The sheep could eat little of aerial yam peelings; they rolled up as they touched the floor.

Àgùtàn ò ní sùn láàrín ajá, kó má fi ara kó eégbọn. A sheep won't lie in the midst of dogs and not get dog ticks on itself.

Àgùtàn ti rí Sèídù bẹ́ẹ̀, kó tó gba iṣu ọwọ́ ẹ̀ jẹ. The sheep had seen Seidu for who he is, before depriving him of his yams.

Àgùtàn tó bá bá ajá rìn á jẹ ìgbẹ́, ajá tó bá bá ewúrẹ́ rìn á jẹ èpo iṣu. A sheep that moves with dogs will eat faeces and a dog that moves with goats will eat yam peelings.

Àgùtàn tó bá ńjẹun lẹ́hìn ọgbà, òun lọwọ́ ìkokò ńtó. The sheep that grazes outside of the pen is the one that the jackal can pounce on.

Àgùtàn tó fẹ́ máa dún bi ìkokò, á múra sílẹ̀ fún ọfà ọlọ́dẹ. A sheep that wants to be sounding like wolves should be prepared for the hunters' arrows.

Ahọ́n kì í jábọ́, lọwọ́ ẹnu. The tongue never falls from the grasp of the mouth.

Àìdùn ọsàn lèyàn ò mu púpọ, bí ọsàn bá dùn a ó mu'gba. Only when oranges are not sweet does one eat a few, if the oranges are sweet, one would eat two hundred (of them).

Àìfàgbà fún ẹnìkan, ni kò jẹ́ kí ayé ó gún. Not giving honour to those truly ahead of one is why the world is in disorder.

Àìfini peni àìfèèyàn pèèyàn, ló ńmú ara oko sán bàntẹ́ wọ ìlú. Lack of civility is what makes a farm dweller to come to town in a loincloth.

Àìgùn kọ́ ni àìdàgbà. Being short in height does not connote not being of age.

Àìlápá làdá ò mú, bí a bá lápá, ọmọ owú tó gé igi. Lack of strength is what makes anyone claim that the cutlass is blunt; else, the cudgel is good enough to cut trees.

Àìlárẹ̀mọ kò yẹ àgbà. To be without a heir is unbefitting of an elder.

Àìlówó lọwọ́ kò pa'ni lórúkọ dà; Ìyáàfin àti Bàbáàfin ni wọn ò ní fi sí i. Poverty does not change one's name; it's the Mr. and Mrs. that may be omitted.

Àìlówó lọwọ́ Olówu, kì í ṣe bí ẹgbẹgbẹ̀rún aṣẹgità. Even if the Owu king were to be broke, he is still not comparable to thousands of firewood sellers.

Àìlówólọwọ́ alágbára, kì í jẹ́ kí a mọ ọlẹ ńbú. The poverty of the diligent makes it difficult to reprove the indolent..

Àìmọkan ní ńmú èkúté ilé, pe ológbò n'íjà. Ignorance (or lack of self-knowledge) is what would make a house rat challenge a cat for a duel.

Àìmọṣẹ́ ẹ́ kọ̀, ló ńmú kí ẹṣin kú sí ogun. Not knowing how to decline a task is why the horse perishes in battle.

Àìmọṣẹ́ ẹ́ kọ̀, ló ṣe orogùn, tó fi ki orí bọ omi gbígbóná. Not knowing how to decline a task is how the wooden stirrer gets dipped into hot water.

Àìní ìyàwó, kò ṣeé fi dákẹ́. To be without a wife is not an issue to be silent about.

Àìnísùúrù ìnàkí, ló sọọ́ di ará inú igbó. Gorilla's impatience is what made it an inhabitant of the forest.

Àìpé, 'Tì'rẹ nì'yí' lo ńbí ayé nínú. Not clearly identifying and stating "This is yours" is what makes others displeased (and therefore uncooperative).

Àìrí ẹṣin gùn, lèyàn ńgun ajá. The absence of a horse is what makes one ride a dog.

Àìrí èyàn, la ńpe ajá ní àwé. The absence of anyone around is what makes anyone call a dog a friend.

Àìrí ibi sùn, ajá ńhan'run. While one cannot get a place to sleep, the dog is snoring.

Àìríni bárìn, a máa múni pe ajá láàwé. Absence of anyone to associate with could make one call a dog a friend.

Àìsanra tó ajá ológìnní, kì í ṣe ti àìjẹun kánú, bí ìran rẹ̀ ṣe mọ ni. The cats' relative smallness to dogs isn't for want of food; that's how cats are (genetically).

Àìṣedédé ará ayé, ló ńmú'ni rántí ará ọrun. The untoward behaviour of those alive is what makes one pines for those who had gone.

Àìsí èyàn l'óko, là ńbá ajá s'ọ̀rọ̀. The absence of anyone in the farm is what makes one talk to a dog.

Àìsí ńlé ẹkùn, ajá ńgbó. With the absence of the leopard, the dog barks.

Àìsí ńlé ológbò, ilé di ilé èkúté. In the absence of the cat, the house becomes that of the rat.

Àìsí olójú, ẹnìkan kì í tìí. No one shuts an eye in the absence of its owner.

Àìtètè mú olè, olè á mú olóko. A thief, if not promptly apprehended would (be emboldened to) apprehend the farm owner.

Ajá bu ọmọ jẹ; bí a bá tilẹ̀ yìn ìbọn fún ajá, ìyẹn ò ní kí egbò ọmọ jinná. Even if the dog that bit a child is shot, this won't heal the child's wound.

Ajá ìsìnyì, ló mọ ehoro ìsìnyì ńlé. Only the modern day dogs can chase the modern day rabbits.

Ajá kì í já ọmọ l'ẹ́hìn ẹkùn. Dogs cannot snatch a leopard's cub off her back.

Ajá kì í rorò títí, kí ó ṣọ́ ojú ilé méjì. A dog cannot be so vicious as to be able to watch over two houses.

Ajá kò tìtorí olówó rẹ̀ ṣe ọdẹ. Dogs do not necessarily hunt because of their owners.

Àjà ló lẹrù, irọ́ ni pẹpẹ ńpa. The attic is the place for luggage, the shelf is merely pretentious.

Ajá ò ní gbó, kí eyín rẹ̀ yọ. A dog won't lose its teeth as a result of barking.

Àjà tí kò lọmọ nínú, kì í dún woro woro. A gourd that has no seeds inside is not noisy when shaken.

Ajá tí ò lẹ́ni lẹ́hìn ni í pòfo, èyí tò lẹ́ni lẹ́hìn á pa ọ̀bọ. Only a dog that has no backing loses out, the one with good backing can very well kill a monkey.

Ajá tó gbé iyọ̀, kí ni yóò fi ṣe? What will a dog that made away with salt, do with it?

Ajá tó lè sáré là ńdẹ sí egbin. Only a dog that can run fast is used to hunt the zebra.

Ajá tó máa sọnù, kì í gbọ́ fèrè ọlọdẹ. A dog that is about to get lost won't hear the sound of the hunter's whistle.

Ajá tó pa ikún lóònì lé pa ọ̀yà lọla, nítorínáà, kí a má bínú pa ajá. Don't kill a (hunting) dog for killing a mere tiny squirrel today; it may well kill a grasscutter tomorrow.

Ajá tó re igbó ẹkùn tó bọ̀ ni, ó yẹ kí a kíi kú ewu. A dog that returned unscathed from the leopard's domain should be congratulated.

Ajá tó ríni tó ńju ìrù, tó wá ríni tó ńgbó, ó lóhun tó rí. A dog that normally wags its tail at one, but now barks at one has its reasons.

Ajá tó yó, kì í bá èyi tí kò yó ṣeré. A dog that has fed to satisfaction does not play with one who is still hungry.

Àjàdijú ló ńpa àdá. Unconscionable (or senseless) 'fighting' is what makes the cutlass blunt.

Ajàgàjigi ẹni tó ńmi kùkùté, ńmi ara rẹ̀. Whoever is trying to shake the root of a tree, will end up shaking himself.

Àjànàkú kò ṣeé rù s'órí. An elephant cannot be carried on the head.

Àjànàkú kọjá mo rí nkan fìrí, bí a bá rí erin ká wí. The elephant is beyond what's said to be seen in a jiffy; it's presence is unmistakable.

Àjànàkú kúrò l'ẹran à ńgọ dé. An elephant is beyond an animal that may be ambushed by anyone.

Àjànàkú ńfojú ìṣẹ́ wo ọ̀bọ, ọ̀bọ ò kúkú tọrọ jẹ. The elephant looks down on the monkey as impoverished, but the monkey does not beg to eat.

Àjànàkú wà nínú igbó, kí a tó mú kìnìún d'ádé. The elephant was right in the forest before the lion was deemed the king (of the animal kingdom).

Àjàò, kò ṣe eku kò ṣe ẹyẹ. The wild bat is (two-faced) neither a bird nor a rat.

Ajẹbi má mọ, ma ńkó ogun ja ìlú ni. Those in the wrong and yet in denial, places their town at the risk of war.

Àjẹìpadàwálé ni kò jẹ́ kí a mọ ọdẹ adìyẹ. Hens penchant for eating and not returning home, makes it difficult to identify those with hunting skills.

Àjẹsílẹ̀ gbèsè, kì í jẹ́ kí ẹgbẹ̀fà tó ná. A pre-existing debt makes whatever amount that is on hand, insufficient.

Àjọjẹ kò dùn bí ẹnikan kò bá ní, ọjọ́ a ní la ńṣe àjọjẹ. Sharing is not pleasant if one party does not have; its when all parties have something to contribute that sharing can be satisfying.

Àjùlọ kò lóòpin. There is no end to superiority or seniority.

Àjùmọ̀bí kò kan ti àánú, ẹni orí rán síni ló ńṣeni lóore. Kindness won't necessarily come from one's siblings but those divinely sent to one.

Àkàbà tó gbé'ni s'ókè, le gbé'ni sán'lẹ̀. A ladder that takes one up may well smash one to the ground.

Àkàrà ṣe pẹ̀lẹ́, inú ńbí ẹlẹ́kọ. Let the fried bean cake take caution, the corn meal owner isn't well pleased.

Àkàṣọ tó bá fi ara ti ilẹ̀, tó bá fi ara ti ilé, kò lè yẹ̀ dànù. A ladder that rests on both the ground and the wall cannot easily fall off.

Àkàṣù ko ní ibi í rè l'àgbọn. Morsels (of food) are not destined for the chin.

Àkèekèé ní òun kúrò ní kòkòrò kí nìyí. The scorpion insists it is beyond an insect that may be despised (or ignored).

Àkèré ní kàkà kí òun má dùn lọ́bẹ̀, tapá titan òun ni kó run si. The striped frog insists that it would rather lose all its paws than not be tasty in the soup.

Akèrègbè tó fọ́, padà lẹ́hìn odò. The broken gourd has ceased further trips to the river.

Akíkanjú tó b'ógun lọ, kò lórí ìyìn. A warrior that dies in battle recognises no honour.

Akíni ńjẹ́ akíni, afinihàn ńjẹ́ afinihàn, èwo wá ni "Ọkun o, ará Ìbàdàn", lójúde Ṣódẹkẹ́? Greet if want to, and sell-out if you may, but what's with 'Hello, Ibadan indigene' in the front of Sodeke's house?

Àkísà aṣọ la fi ńṣe òṣùká. Carrying pads get made out of rags.

Àkísà ńba ẹni rere jẹ́. Rags discredit good personality.

Àkísà ti lògbà rí, kó tó di aṣọ ẹlẹ́gbin. The rag, now seen as an object of filth, was once a trendy clothes.

Àkísà tó bá ti dá gbére àtàn, igba abẹ́rẹ́ kò lè dáa dúró. Two hundred needles cannot stop a piece of rag headed for the refuse dump.

Àkókò kò dúró de ẹnìkan. Time waits for no one.

Akọni kì í l'ójú ẹkún. The brave has no eyes for tears.

Akọpẹ Ìjàyè ò gbọ́ tirẹ̀, ó lógun kó Agboroode. Ijaye town's palmwine tapper, unmindful of his affairs, claimed Agboroode town had been captured by war.

Akórìíra kì í yo. A fussy eater is seldom satiated.

Àkọ̀yìnsí bàbá ẹni, kò gbọdọ̀ pani lẹẹ́rín. The back view of one's father (or heritage) should not be ridiculous to one.

Àkùkọ adìyẹ kì í yé ẹyin. Cocks do not lay eggs.

Àkùkọ fi dídájí ṣàgbà, ó fi ṣíṣu sílẹ̀ ṣèwe. The cock reflects maturity by rising early, but immaturity by defecating all around.

Àkùkọ gàgàrà, kì í fẹ kí ó kékeré kọ. The big cock would not want the smaller one to crow.

Àkùkọ tí yóò kọ lágbà, àṣá kò ní gbé e lóròmọ adìyẹ. A cock that would crow when grown won't be picked up by a hawk as a chick.

Àkúkú ù joyè, ó sàn ju kéèyàn joyè, kí ẹnu rẹ̀ má kà ìlú lọ. It is better not to be a ruler than to be one whose voice is not respected in the town.

Àkúkú ù bí, ó sàn ju ọmọ ráda ráda. It is better not to have a child than end up with an irresponsible one.

Àkùrọ̀ ti lómi tẹ́lẹ̀, kí òjò tó rọ̀ si. The river bank was damp with water, even before the rain fell on it.

Àlá kì í ba ọmọ lẹ́rù, kó má leè rọ. A child cannot be so scared of his dream as to be unable to recount it.

Àlá tí ajá bá lá, inú ajá ni í gbé. Whatever the dog dreams about remains with him, undisclosed.

Aláàkísà ló ńtọ́jú abẹ́rẹ́ t'òun t'òwú. Only a person with ragged clothes keeps a needle along with the thread.

Aláàkísà tó ńjó lóru, bó pẹ bó yá ilẹ̀ á mọ. The day will soon dawn on the ragged person who is dancing at night.

Aláànú kì í kú sí ipò ìkà. The merciful person cannot die in the place of the wicked.

Alábàrá l'ayé ńrí; kò s'ẹni tó rí ẹni tó ńyín ni l'éèkánná. Only the person who slaps gets seen; no one sees the person who pinches one.

Alágbára má mèrò baba ọlẹ. Strength devoid of wisdom is the epitome of indolence.

Alágbẹ̀dẹ tó ńlu irin lójú kan, ó lóhun tó fẹ́ fàyọ ńbẹ̀. A blacksmith, who kept hitting an iron at a single spot has his reasons.

Aláìmoore ajá, ló ńgé olówó rẹ̀ jẹ. Only an ungrateful dog bites its owner.

Alákàtàmpó ojú, kò lè ta ẹran pa. The man with the eyes of catapult cannot shoot an animal.

Alákàtàmpó ṣe bí ọ̀bọ kò gbọ́n, ọ̀bọ gbọ́n; t'inú ọ̀bọ l'ọ̀bọ́ ńṣe. The man with a catapult thought the monkey is stupid; the monkey is not stupid, it is merely doing as it pleases.

Aláǹgbá tó f'ojú di erè, ikùn ejò ni yóò ti bá ara rẹ̀. A lizard that despises a boa constrictor would find itself in the snake's belly.

Aláṣedànù, tí ńf'ajá ṣ'ọdẹ ẹja. Only a wasteful person would hunt for fish with a dog.

Aláṣejù ajá ni í lépa ẹkùn. Only an intemperate dog stalks the leopard.

Aláṣeyọrí la máa ńkí, a kì í kí aláṣetì kú iṣẹ́. We praise the person who completes a task, not the one who abandons it.

Aláṣọ àlà kì í jókòó sí'sọ elépo. A person dressed in white ought not sit at the stall of a palm oil seller.

Aláṣọ kan kì í ṣeré òjò. A person with only one item of clothing ought not to play in the rain.

Alátìíṣe ló ńmọ àtíṣe ara rẹ̀. Those directly affected by an issue would very well know how to resolve it.

Alẹ́ kì í lẹ́ kí ọmọ ejó má rìn, ti ọmọ eku ló léwu. It cannot be too late for snakes to move around, it's the rats that may be at risk.

Àlejò bí òkété là ńfi èkùrọ́ lọ. Only a guest like rabbit is offered palm kernel.

Àlejò kì í lọ kó mú onílé dání. A guest does not take his leave and take the host along.

Àlejò kì í mọ adìyẹ dúdú nínú ọbẹ, onílé ni yóò sọ fún un. A guest cannot on his own, identify the chicken parts from a black hen in a plate of stew; one of the hosts must have told him.

Àlejò lójú kò fi ríran. Strangers (to a place) have eyes, yet cannot 'see' (well enough) with them (to know their way around).

Àlejò oṣù mẹ́ẹ̀sán, kì í bá'ni lójìjì. The visit of a guest expected for nine months (birth of a baby) cannot be sudden to one.

Àlòkù àdá kò jọ obìnrin l'ójú. A used cutlass won't impress a woman.

Àlùya ni ìlù ọfẹ́. A free drum gets beaten until it's bursted.

Àmójúkúrò ni í mú ẹmí ìfẹ́ gùn. Willingness to overlook is what makes loving relationships endure.

Amọ̀nà èṣí kì í ṣe amọ̀nà ọdún yìí. A person who knew the way last year would not necessarily know the way this year.

Àmọ̀tẹ́kùn fi ara jọ ẹkùn; kò lè ṣe bí ẹkùn. The tiger merely looks like the leopard; it cannot act like the leopard.

Àǹfàní ò nírù, bó bẹ́ wọ igbó, kò sí ohun táà á fi fàá. Opportunity has no tail, once it dashes into the forest, there's nothing that can be used to pull it out.

Àpa àímú délé ni kò jẹ́ kí a mọ̀ pé ológbò ńṣe ọdẹ. Not bringing home its games is why the cat is not known for hunting.

Àpà ò mọ pé ohun tó pọ̀ á tán. A wasteful person does not understand that, whatever is in surplus would get exhausted, eventually.

Apá l'ará; igúnpá n'iyèkan. One's arms are one's companions; and one's elbows are one's siblings.

Àpáàdì, ló tó ko iná lójú. The potsherd is the one that can confront live fire.

Àpáàdì ni ńṣíwájú ọfọnná. The potsherd always precedes the person carrying live coals with it.

Àpáàdì tó bá dojú tí ògiri, ti ògiri ni í ṣe. A potsherd that faces the wall is supporting the wall.

Apajájẹ lẹ́rù adìyẹ ńba òun. A person, who regularly kills dogs to eat, claims he is scared of hens.

Apani kì í fẹ́ kí a mú idà kọja orí òun. The executioner never wants the sword taken across his head.

Àpárá ńlá ni iná ńdá; iná ò lè rí omi gbẹ́sẹ. Fire is being presumptuous; it cannot do anything to water.

Àpárá ńlá, ìjà ní í dà. Expensive jokes often result in contention.

Apárí ní ńfojú di abẹ. Only the bald-headed person despises (or ignores) the blade.

Àparò kan kò ga jù ọkan lọ, à fi èyí tó bá gun orí ebè. One partridge is not taller than another, except the one that stands on a mound.

Àparò ò sọ pé òun yóò kó sí pàkúté ọlọ́dẹ, ohun tó mọ̀ọ́ jẹ ló fàá lé ikú lọ́wọ́. The partridge never intended falling into the hunter's trap; its appetite is what pushed it to its death.

Apọnle kó sì fún ọba tí kò ní àrólé. There is no honour for a king who has no heir.

Àpọ́nlé kò sí fún ọba tí kò ní olorì. There is no honour for a king (matured man) who has no queen (or wife).

Àpọ́nlé kò sí fún obìnrin tí kò ládé orí. There is no honour for a woman with no husband.

Ara bàbá ò yá, ara bàbá ò yá; àkàṣù ẹkọ ńwọ'lé, ewé ńjáde. 'Father is sick', 'Father is unwell'; yet wraps of corn meals go in (to the house) and the empty wrappers come out.

Ará iwájú tó ṣubú, kò ní jẹ́ kí ti ẹ̀hìn ó fi ẹsẹ̀ kọ. The person going ahead, who fell won't let the person coming behind trip.

Ara kì í rọni, ká ṣẹ́gi ta. One cannot be financially stable and engage in firewood selling (or petty trading).

Ara kì í sá fún ara. Bodies do not run for one another.

Ara kì í tóbi, kí alára má lè gbée. A body cannot be so big that the owner won't be able to carry himself around.

Ara la mọ̀, a kò mọ inú. It's the physical body we can all see, no one knows what's in the heart of anyone.

Ará oko tí yóò jẹ búrẹ́dì, á fi èsúrú ránṣẹ́ sí ilé. A farm dweller, who wants to eat bread, needs to send some aerial yams home.

Àrà tó bá wu ògòdò, ni í fi imú olówó rẹ dá. Yaw infection deals with its victim's nose as it pleases.

Àrẹmọ má jobì, má ròde ẹmu, kó lè dé ipò bàbá rẹ̀ ni. That the heir should desist from riotous living, it's so he can succeed his father.

Arẹwà, ti gbogbo ayé, èyí tí kò sunwọ̀n jẹ́ ti ara rẹ̀ nìkan. The beautiful woman is adored by all, but the ugly one is on her own.

Àrífín ilé ìgbẹ̀ tó ńmú ọmọdé wo ìdí àgbàlagbà. The common public latrine breeds undue familiarity, by exposing the nudity of elders to youngsters.

Arìngbẹ̀rẹ̀ ni yóò mú oyè dé ilé, asúrétete kò bá oyé jẹ. It's the slow walker that goes home with the title; the fast runner misses the award.

Ariwo ta ló pa mí lọ́mọ ìyá, ni òròmọadìyẹ ńké kiri tí àwòdì fi gbé òun naa lọ. The noise of who killed its sibling is what the chick makes all around, until it is picked up by the hawk, as well.

Àríyànjiyàn ló ńba ọ̀rẹ́ jẹ́. Unbridled disagreements do destroy friendship.

Arọ ẹlẹ́sẹ̀ kan tó lọ dá'ràn, ọrùn ẹlẹ́sẹ̀ méjì ló dáa sí. The problem caused by a one-legged lame would be the responsibility of a two-legged person close to him.

Àrò kì í jó lásán, ọmọ aráyé ni í fọnná sí i. The hearth does not burn without reasons; the fire in it is kindled by man.

Àrò kì í ru ẹrù kó má sọ ọ́. The hearth never bears a load, without off-loading it eventually.

Arọbasá kì í ṣe ojo, arọbafín l'ọba ńpa. Those avoiding the king are not cowards, as it is those found discourteous to the crown who gets killed.

Arúgbó ńdágbèsè, ó ní mélòó lòun yóò dúró san níbẹ̀? A very old person incurs debts and wonders (rather nonchalantly) how much of the debt would he really need to repay himself?

Arúgbó ṣ'oge rí, àkísà lò'gbà. The aged person was once trendy, and the rag was once in vogue.

Àrùn tó ńṣe ogójì, ló ńṣe ọ̀ọ́dúnrún. What ails forty is what ails three hundred.

Àṣá kì í rà, kí adìyẹ gbé kòkòrò dání. A kite cannot hover above and the chicken would hang on to an insect.

Àṣá kò lè balẹ̀, kó máà gbé nǹkànkan. A kite cannot hit the ground without picking up something.

Àṣẹ l'ọba ńpa, ọba kì í dá àbá. Kings make decisions not suggestions.

Aṣèbájẹ́ ṣe bí ti òun là ńwí, aṣebúburú ẹ kú ara fúnfun. A wicked fellow thought he is being discussed and is consequently consumed with suspicion.

Àṣegbé kànkan ò sí, àṣepamọ́ ló wà. Actions cannot be carried out with impunity, but may be covered up (for a while).

Àṣejù ni baba àṣetẹ́. Immoderation is a harbinger of disgrace.

Aṣeni ńṣe ara rẹ̀. Those working to destroy others are setting themselves up for destruction.

Àṣẹ̀ṣẹ̀ dáyé ológbò ni í jìyà, bó bá dàgbà, á tó ọdẹ ẹ̀ ṣe. Only as a kitten is the cat in deprivation, once fully grown it can do its own hunting.

Àṣẹ̀ṣẹ̀ yọ ọgọ̀mọ̀, ó ní òun yóò kan ọrun. The palm frond has just sprouted and it claims it would get up to heaven.

Àṣesílẹ̀ làbọ̀wábá; ẹni ṣu sí ilẹ̀, á padà wá bá eṣinṣin. Actions result in consequences; whoever defecates on the floor will soon have to cope with flies.

Àṣetì kì í bá ọjọ́ kí ọjọ́ má yọ; àṣetì kì í bá oòrùn kí oòrùn má là. It cannot be so hard for the day that it won't dawn; it cannot be so hard for the sun that it won't rise.

Àṣírí ẹ̀kọ kì í tú lójú ewé. The secret of the corn meal cannot be exposed in the presence of the leaf wrappings.

Àṣírí ìkokò, kò gbọdọ̀ tú lójú ẹdá. The secret of the wolf should not be exposed in the presence of the rat.

Àṣírí ìkokò, ajá kọ ni yóò tu. It's not dogs that would reveal the secrets of wolves.

Àṣìṣe kò kan ọgbọ́n. Possession of wisdom does not insulate anyone from mistakes.

Aṣíwájú àgùntàn ni í da àgùntàn nù. It's the leading sheep that leads the others astray.

Aṣiwèrè èyàn ló ńsọ pé irú òun kò sí, irú rẹ̀ pọ̀ ju ẹgbàágbèje lọ. Only a deluded person will claim there's none like him; his ilk abounds.

Aṣiwèrè èyàn lòjò ìgbòoro ńpa. Only an unwise person gets drenched by rain in the city centre (where places of refuge abounds).

Aṣọ àtàtà kì í gbayì nínú àpò. A beautiful clothes kept in a bag cannot be appreciated.

Aṣọ funfun òun àbàwọ̀n kì í rẹ́. A white cloth and stains never agree.

Aṣọ ìgbà là ńdá fún ìgbà. The clothes that befit a season is what gets sown for the season.

Aṣọ kọ̀rọ̀, ẹni kan kì í sa nígbangba. No one dries out in the open a clothing item that ought to be dried in the closet.

Aṣọ ńlá kọ l'èyàn ńlá. To be expensively attired does not connote wealth or importance.

Aṣọ táa bá rí l'ára igún, ti igún ni. Whatever clothes is found on the vulture belongs to it.

Aṣọ tí àlejò wọ̀ tó ńgan apá, onílé náà ní irú rẹ̀, óde ni kò tì í kàn. The clothes worn by a guest with him exuding arrogance is owned by the host as well, but the occassion to wear it simply hasn't arisen.

Aṣòfófó kò gba ẹgbàá, ibi ọpẹ ló mọ. A tale bearer does not get paid (any amount); it's a mere thanks he (or she) receives.

Asọrọ̀ kẹ́lẹ́ bojú wo ìgbẹ́; ìgbẹ́ kì í s'ọ̀rọ̀, ohun a sọ ni í funni lára. The person who spoke furtively and glanced at the forest should note that forests don't bear tales; what one has done is what makes one suspicious.

Àsúnmọ́ di ẹtẹ́, òkèèrè ni í dùn. Familiarity breeds contempt, distance brings respect.

Asúramú kò tẹ́ bọ̀rọ̀ bọ̀rọ̀. The diligent does not easily fall into disgrace.

Asúrétete kò ní kọjá ilé, arìngbẹ̀rẹ̀ kò ní sùn sí s'ọ̀nà. The fast runner will not go past the house (destination), and the slow walker will not sleep on the way.

Ata tó bá bá akọ òkúta jà, á di ohun àmúsebẹ̀. Whatever pepper that quarrels with the grinding stone will get used for preparing soup.

Atakóró wọ inú àdó, kò lè mú ọmọ rẹ̀ wọ ọ́. Whoever (has so much charms that he or she) can escape into a tiny gourd in a jiffy should note that he or she cannot take his child along.

Àtàrí àjànàkú, kì í ṣe ẹrù ọmọdé. The dismembered head of an elephant is beyond what a youngster can carry.

Atẹ́gùn ńdààmú ológì, kí elélùbọ̀ ma ṣe àfira. The wind is disturbing the pap seller; the yam flour seller should not be tardy.

Atẹ́gùn ò ṣeé gbé. The wind cannot be carried.

Atẹ́gùn tó wọlé tó ńkó aṣọ ní iyàrá, ẹni tó wọ ti ẹ̀ kó má ṣe àfira. The wind that blew into the house, clearing the clothes in the rooms cautioned those who wore theirs.

Àtẹ́lẹwọ́ ẹni kì í tan'ni jẹ. A person's palm (result of his effort) cannot deceive him.

Àtẹ̀wọ́ la bá ilà, a kò mọ ẹni tó kọọ́. Lines were found on the palms, no one knew who made them

Àti ojú àti etí, kò sí èyí tí orí kò le gbé sáré. There is none of the eyes and the ears that the head cannot run along with.

Àti òkèèrè l'olójú jínjì, ti máa ńmú ẹkún sun. A person whose eyes are deep in their sockets typically starts his weeping from afar.

Àtíbàbà tó bá fi ojú di atẹ̀gùn, a ṣubú ni. A make-shift awning that despises the wind will certainly collapse.

Atini kò gọ̀, ẹni a ńtì ni kò gbọ́n. The inciter is not stupid, it is the person incited that is unwise.

Àt'oore àt'ìkà, ìkan kì í gbé. Neither acts of kindness nor those of wickedness shall be lost.

Atọpinpin kan kì í lóbìnrin. A hard to please man would find it hard to be stable with a woman.

Atọrọjẹ kò gbọdọ̀ yanbọ. A beggar cannot be choosy.

Àtọrun ni ìrèké ti mú adùn wá. Sugarcane came with its sweetness from heaven (by destiny).

Àtùpà kì í níyì lọ́ọsán, ṣugbọ̀n a máa gbayì lójọ́ alẹ́. A lamp is not valued in the afternoon, but do get appreciated at night.

Àtùpà kì í rí ìdí ara rẹ̀, à fi ti ẹni ẹlẹ́ni. A lamp cannot see its own base, but those of others.

Awọ erin kò ṣeé ṣe gángan. The hides of any elephant are not suitable for making the talking drum.

Àwo ò mọ̀ pé òun yóò jẹ ata. The plate never knew it would (eventually) taste pepper.

Àwòdì òkè, kò mọ pé ará ilẹ ńwo òun. The hawk hovering above is oblivious it's being watched by the people on the ground.

Awòlúmáàtẹ́ mọ iwọn ara rẹ ni. A new migrant to a town who is not disgraced must have kept within his means.

Àwọn adìyẹ kì í fi ibi tí kòkòrò wà, han ara wọn. Hens do not disclose where insects are to one another.

Àyà ìyá lọmọ ńbá ọmú. It is on his or her mother's chest that a child meets the breast.

Àyáná owó kò yẹ'ni, àgbàwọ̀ ṣòkòtò kò yẹ ọmọ èèyàn; bí kò fúnni l'ẹ́sẹ̀ á ṣo ni, rẹ́gírẹ́gí l'ohun a ní ńbá ni í mu. Debt befits no one; borrowed pants don't fit; if they aren't tight at the ankles, they'll be loose (at the waist). It's what one owns that fits one, perfectly.

Àyàngbẹ ẹja dùn, ṣùgbọ́n kí la óò jẹ kí ẹja tó yan? Well roasted fish is tasty, but what do we eat before the roasting is over?

Ayé kì í fọn fèrè, tó fi ńkọjá lára ẹni. The world won't blow the siren before it leaves one behind.

Àyè kì í há adìyẹ kó mà lè dé ìdí àba rẹ̀. A hen cannot be too busy to brood over its eggs.

Ayé kọ òótọ́; ṣé bi olóòótọ́ ìlú ni ìkà ìlù? The world hates truth; aren't the truthful in a town, its enemies?

Ayé nií pe olè kó wá jà, wọn á tún pe olóko kó wá mu. People would invite the thief to come and steal, and then notify the farm owner to come and apprehend him.

Ayé ńlọ, à ńtọ̀ọ́. As the world goes, so it is followed.

Ayé ò ṣeé dá gbé. The world is not a place to live in, alone.

Ayé ò ṣeé fínú hàn. It is not every matter that should be revealed to everyone.

Ayé tí ẹṣin kò jẹ, tí ìrù ìdí rẹ̀ bá ní sùúrù, á jẹ jù bẹ́ẹ̀ lọ. What a horse never enjoyed, if its tail can be patient, it would surpass it.

CHAPTER 2

B

Bá mi na ọmọ mi, kò dé inú ọlọmọ. "Help me flog my child" requested by a parent is not to be taken at face value.

Báa fi gbogbo ilé ńlá jin kólékólé, kò pé kó má jalè díẹ̀ kun. Even if given an entire mansion as a gift, a thief won't be deterred from stealing a little more.

Báà fi ọpá bọ ìlù, a kò ní mọ̀ pé ìlù lóhùn tó dùn. Had we not beaten the drum with the stick, we won't know the drum has a sweet 'voice'.

Báa gún iyán nínú ewé, táa se ọbẹ̀ nínú èpo ẹpà, ẹni máa yó, á yó. Even if we pound yam in a leaf and prepare the soup in a groundnut pod, those who would be full would be.

Báa gúnyán táa rokà fún kòfẹ́kògbà, kò ní fẹ́, kò ní gbà, náà ni. Even if we pound yam and prepare yam flour meal for a difficult fellow, he would yet remain difficult.

Báa lógún ẹrú, táa lọ́gbọ̀n ìwọ̀fà, ọmọ ẹni lọmọ ẹni. If one has twenty slaves and thirty pawn-servants, one's child remains one's child.

Báa ó ti mọ ni kìî jẹ́ ká mọ ìwàá hù; báa ó ti tó ni kì í jẹ́ ká ṣìwà hù. While bad character limits us; our aspiration is what compels us to develop good character.

Báà ṣè ìyàwò báà joyè, ìgbàwo l'ẹran ò dára lórí ìrẹsì. Even without marriage or coronation when does meat not look nice on a plate of rice?

Baálé tí kò bá tó baálé ṣe, ló ńdàbá; èyí tó bá tó baálé ṣe, àṣẹ ló máa pa. Only an incapable husband offers suggestions, the capable one gives firm directions (or instructions).

Baba kú, baba kù. Father dies, father remains.

Bàbá ò wá, ó sàn ju bàbá wá, kò mú nǹkankan bọ̀ lọ. Father was absent is better than father came, but brought nothing.

Bàtà orí àkìtàn náà, re òde ìyàwò rí. Those pair of shoes on the refuse dump was once worn to a wedding.

Báwo l'ọ̀bọ ṣe ṣe orí, tí ìnàkí ò ṣe? What head features does the monkey has that the gorilla lacks?

Bẹ̀bẹ̀ kí o rí ọ̀kọ̀ṣẹ́, ṣagbe kí o rí ahun. Plead for help to identify a reluctant person; beg for alms to identify a miser.

Bí ẹrú bá jọ ẹrú, ilé kan náàà ni wọ́n ti wá. If slaves are look-alikes (or share similar character traits), they are from the same home.

Bí a bá d'àgbà kọjá bàntẹ́ onírù, ọmọ ẹni là ńbọ́ ọ fún. If one outgrows the loincloth, one ought to leave it for one's child.

Bí a bá dé ìlú táà lééyàn, ìwà rere làá ní. If one is a complete stranger in a town, one ought to simply reflect good character.

Bí a bá dijú tẹ àbàtà mọ́lẹ̀, yóò báni láṣọ jẹ́. If one steps on a marshy place with closed eyes, one would soil one's clothes.

Bí a bá ní ẹran onítètè ni yóò pani, bí i ti ìrẹ̀ kọ́. If kicks from an animal is said to be lethal, certainly not like those from crickets.

Bí a bá ní sùúrù, ohun tí kò tó, ṣì ńbọ́ wá ṣẹ́kù. If we are patient, what is not sufficient would be in excess soon enough.

Bí a bá ránni níṣẹ́ ẹrú, a sì fi jẹ́ tí ọmọ. If one is sent on a questionable errand, one should carry it out with wisdom.

Bí a bá ṣe'ni lóore, ọpẹ́ là ńdá. One ought to give thanks when favoured with kindness.

Bí a bá ṣe oore tí a jókòó tì í, bí aláìṣe lo ri. If one 'squats' beside a kindness shown, it is as if no kindness had been shown.

Bí a bá yin ìrèké tó dùn, ó yẹ kí a yin etí odò tó ti hù. If we appreciate the sugarcane for its sweetness, we should also appreciate the river bank on which it grew.

Bí a gún ata nínú odó, bí a lọ̀ọ́ lórí ọlọ, ìwà ata ò ní fi ata sílẹ̀. Even if pounded in a mortar or ground on the grinding stone, pepper will remain inseparable from its character.

Bí a kò bá dẹ́kun ìgbìyànjú, bó pẹ́ bó yá, akitiyan á dópin lọ́jọ́ kan. If we won't give up trying, our hustling will one day come to an end.

Bí a kò bá gbé ọpọlọ́ jù sínú omi gbígbóná, káa tún gbé e jù sí sínú omi tútù, kì í mọ èyí tó san. If a frog is not tossed into hot water and then into the cold one, it won't know which is better.

Bí a kò bá gbọ́n ju àparò oko ẹni lọ, a kì í paá. If one cannot outsmart the partridge in one's farm, one ought not to attempt killing it.

Bí a kò bá rí ẹni bá là, ọlà kì í yá. If we lack good network, the efforts to build wealth can be stifled.

Bí a kò bá tẹ aṣọ àgbà mọ́'lẹ, àgbà kì í bínú. If one does not step on an elder's clothes (or, disrespect an elder), he won't be angry (with one).

Bí a kò bá tí ì jókòó, a kì í na ẹsẹ̀. If one is not (properly) seated, one shouldn't be stretching one's legs.

Bí a kò ní nǹkan àgbà, bí ewe là ńri. If one lacks what elders ought to have one would seem like a youth.

Bí a kò pa ìjímèrè han ìjímèrè, ẹrù kò ní ba ọmọ ìjímèrè. If a monkey is not killed in the presence of other monkeys, offspring of monkeys would not revere one.

Bí a ńjà, bí i ti ká kú kọ. If we are quarelling, it's not like wishing anyone should die.

Bí a ó bá pe abuké, kí a pe abuké, àbí èwo ni bọ̀ọ̀dá tẹ́hìn ńdùn. Call someone a hunchback if you must, but why refer to him as 'the man with a backache'.

Bí a ò kú, ìṣe ò tán. As long as there is life, there is no end to what one can achieve.

Bí a ti ńṣe níbì kan, èèwọ ibòmíràn ni. What is acceptable in one place is an abomination in another.

Bí adìyẹ ga gògòrò, bó ga gegere, pípajẹ náà ni yóò kẹ́hìn rẹ̀. No matter how tall or big a hen gets, it would get eaten, eventually.

Bí adìyẹ ṣe ogún, tó ṣe ọgbọn, àgò ni yóò padà de gbẹ̀hìn. Whether a hen clocks twenty or thirty years in age, it will still end up caged, eventually.

Bí agbẹ ti wù kí ó tètè jí tó, oko ní yóò bá kùkùté. No matter how early a farmer is, he will find the tree stump at the farm.

Bí agbọn ṣe lóró tó, oúnjẹ ni fún aláńgbá. Despite how venomous the wasp is, it is food for the lizard.

Bí ajá r'ójú ẹkùn a parọ́rọ̀. If the dog beholds the face of the leopard it will remain quiet.

Bí ajá wọ agbádá iná, tí àmọ̀tẹ́kùn wọ ẹ̀wù ẹ̀jẹ̀, tí ológìnní sán àkísà mọ̀ ìdí, ẹgbẹ́ apẹranjẹ ni wọ́n ńṣe. If the dog were to don a fiery robe, the tiger a bloodied vest, and the cat could only manage to gird its loin with mere rags, carnivores they still all are.

Bí alákàrà ò kàá, agbada rẹ̀ ńkàá. If the person frying bean cakes is not counting the cakes, her frying pan is counting them.

Bí ará ilé ẹni bá ńjẹ kòkòrò búburú, ó yẹ ká sọ fún un, nítorí hùrù hẹrẹ rẹ̀, kò ní jẹ́ káa sùn l'óru. If one's relation is eating a bad (or toxic) insect, one ought to warn him; else its effects on him would not allow one to sleep at night.

Bí àrùn búburú bá wọ̀ ìlú, oògùn búburú la fi í wòó. If a terrible disease enters the town, it is treated with a terrible drug.

Bí asíndẹ kọ̀ tí kò sín idẹ mọ́, èyí tó ti sín ò leè parun. Even if a cap designer no longer design caps, those already designed would remain.

Bí ebi bá ńpa'ni ká wí, àbí èwo ni bóo bá kọlù mí, màá gba iṣu ọwọ́ ẹ jẹ. If one is hungry one should say so or what's with threatening that if you bump into me I will collect your yams and eat.

Bí eégbọn bá dì mó epọ̀n ekùn, kì í se ajá ni yóò já a. If a dog tick is stuck to the testicles of a leopard, it is not a dog that would remove it.

Bí èkòlò bá júbà ilẹ̀, ilẹ̀ á lanu. If the earthworm would honour the soil, the soil would open up (or make room) for it.

Bí etí kò bá gbọ́ yínkín, inú kì í bàjẹ́. If the ear does not hear disturbing news, the heart cannot be saddened.

Bí ewé ṣe tóbi tó, kọ́ ló ṣe wúlò tó. How big a leaf is, is not necessarily how useful it is.

Bì èwọ̀ ò bá pani, a máa pọ́n ni láṣọ. If an abominable act does not kill, it may impoverish.

Bí ewúrẹ́ ẹni bá sá wọ ilé alágídí, ẹnu ọ̀nà la ti í padà lẹ́hìn rẹ̀, bíbẹ́ẹ̀kọ́, ìyà tí alágádí ì bá fi jẹ ewúrẹ́, á padà sọlẹ̀ sórí ẹni. If one's goat runs into the home of a stubborn fellow, one must stop its pursuit at the door; else one may end up receiving the punishment meant for the goat.

Bí èyàn bá kọ́ ilé, tí kò kan'nú, kò ní rí èyàn báa gbé ilé ọhún. If one builds a house and does not build up one's character, one may not find anyone to co-habit the house with.

Bí èyàn bá máa jẹ ọ̀pọlọ́, á jẹ èyí tó lẹyin. If one must eat a frog, it at least should be one that has eggs.

Bí èyàn bá máa kọ oúnjẹ, ẹran ẹran lèyàn ńkọ ọ́. If one would refuse a meal, the refusal will include the pieces of meat on it.

Bí èyàn bá ngún iyán bọ ìlú, yóò lọọ́tá, bó sì ńsọ òkò s'ọ́jà, yóò lọọrẹ ti ẹ̀. If one feeds everyone in a town with pounded yam, one would still have enemies, yet if one pelts the market with stones, one would still have some friends.

Bí èyàn bá ńṣọ̀rẹ́ ojú tí kò kan àpò, ahun ni yóò jẹ́. To keep a casual friendship with no financial involvement, one would be deemed a miser.

Bí èyàn ò bá sọnù, kì í sọnú. If a person has not gotten lost, he often won't wake up (to how to find his way).

Bí èyàn ò bá tọ̀ sójú kan, kì í hó. If one does not urinate on a single spot, the urine won't foam.

Bí èyàn fi ojoojúmọ́ rí olè jà, kó lè dà bíi tọwọ́ ẹni. Even if one gets to steal every day, it still won't be as if one had worked with one's hands.

Bí èyàn kò bá mọ ibi tó ńlọ, á mọ ibi tó ti ńbọ̀. If one does not know where one is going, one should at least know where one is coming from.

Bí èyàn ò bá rìn ní igbèrí irọ́, wọn kì í paá mọ́'ni. If one is not within the vicinity of falsehoods, one cannot be falsely accused.

Bí èyàn yóò bá wọlé kan, yóò kọ ẹhin si òmíràn. To enter one house, one invariably has to turn one's back on another.

Bí èyàn yóò da yagan sí ẹnu, ó yẹ kó sọ ìpàkọ̀ sí ẹ̀hìn. If one will throw some fried corns into one's mouth, one should fling the head backward.

Bí ẹja bá sọ lódò, à á mọ ohun tó tó. When a fish moves in the river, (by the waves produced) one can have a feel for how big it is.

Bí ẹkẹ otòṣì ò to ilé lóòwúrọ̀, á tòó lálẹ́. If a poor man's rafters (or ideas) are not used in the morning (early), they would be used later.

Bí ẹkùn ò bá fẹ̀, èse là ńpèé. If a leopard does not act mighty, it is looked at as a cat.

Bí ẹkún pẹ́ di alẹ́ kan, ayọ̀ ńbọ̀ l'òwúrọ̀. If weeping endures for a night, joy will come in the morning.

Bí èmí bá wà, ìrètí ńbẹ. As long as there is life, there is hope.

Bí ẹni ńlá ò bá tán láyé, ọ̀rọ̀ nlá kò lè gbéni mì. As long as notable people exist in the world, one cannot be overwhelmed by major challenges.

Bí ẹnikan bá gún iyán fún ìlú, kò lè tóó jẹ, ṣùgbọ́n, bí ìlú bá gún iyán fún ẹnikan, kò lè jẹẹ́ tán. If one person were to pound yam for all the people in a town, the food won't do, but if the town were to pound yam for him, he simply cannot handle it.

Bí ẹnú bá jẹ, ojú á tì. Once the mouth has eaten, the eyes will be closed.

Bí ẹrú yóò bá di ọmọ ẹni, kì í ṣe ọ̀rọ̀ oòjọ́. Even if a slave would be adopted a son, it's not a one day's issue.

Bí ẹ̀ṣẹ́ kò bá ṣẹ́ àjànàkú, ẹnìkan kì í rí orí erin lòrí àtẹ. If there are no unusual reasons, the elephant's head cannot be found displayed for sale.

Bí ẹyá bá di ẹ̀kùn, ẹran ni í pa jẹ. When a cub grows to the ferocity of the adult leopard, it can prey on other animals.

Bí èyàn bá gbọ́n bí owó, kò lè rí èrè owó jẹ; bí ìyàwó bà gbọ́n bí ọkọ kò lè rí èrè ọkọ jẹ. If one is as wise as money, money will not profit such a person; if a wife is as wise as her husband, her husband will not profit her.

Bí ẹyẹ oko ò mọ bíntín lọ, eré e kó kọ́lé ló máa máa bá kiri. No matter how tiny a bird is, it's attention would be riveted first on building it's home.

Bí ìgbà bá ńgbáni ká máa rọ́jú, bó pẹ́ bó yà ìgbà ńbọ̀ wá gbani. If time afflicts one, one should persevere, as it would eventually favour one.

Bí ìgbín ò bá dùn lọ́bẹ̀, ẹnu ọ̀pọlọ́ kọ́ ló yẹ ká ti gbọ́. If the snail is not tasty in the soup, it is not the frog that should say it.

Bí igi bá rorò, ó níláti bá igbó gbé. Even if a tree is fearsome, it must still cohabit with the others in the forest.

Bí ìkà bá ńro'jọ́, ìkà kọ́ ni yó da. If a wicked fellow states his case, he would not be the eventual judge.

Bí Ìlá kò bá ṣe é gbé, a máa gbé làálàá. If one cannot live in Ila town, one should be able to live somewhere else.

Bí ilẹ̀ gbe òṣìkà tí kò gbe olóòtọ́, bó pẹ́ títí oore á sú ni í ṣe. If the wicked prospers and the righteous doesn't, before long kindness would be unappealing.

Bí ilé kò bá kan ilé, kì í jó àjóràn. Houses that are not in close proximity, seldom get engulfed with fire together.

Bí ilé ńjó, tí òjò ńrọ̀, ẹni ebi ńpa kò lè dákẹ́. Even if the house is on fire and the rain is pouring, a hungry man cannot be silent.

Bí ilẹ̀ bá laná, ọ̀pọlọ́ á fò gun igi. If the ground busts into flame, the frog will jump upon a tree.

Bí iná bá ńjóni tó ńjó ọmọ ẹni, tara ẹni làá kọ́kọ́ pa. If one is being burnt by fire, along with one's child, one typically first puts out the fire on one.

Bí iná ò bá tán l'áṣọ, ẹ̀jẹ̀ kì í tan léèkánná. As long as lice remain on one's clothes, blood (from killing them) cannot cease from one's finger nails.

Bí inú bá bí baba tó bá gbé ọmọ rẹ̀ jù sí inú èèrùn, bí inú rẹ̀ bá rọ̀, inú èèrùn lè má rọ. If a father gets so angry as to throw his child into a raid of army ants, by the time he's appeased, the ants may not be.

Bí inú bá bí igi tó yá lu odò, inú tún lè bí odò kó gbé igi náà lọ. If the tree gets so angry that it crashes into a river, the river may also get so angry as to wash away the tree.

Bí inú ṣe kéré tó, ó fi ààyè gba ọmọ. As small as the belly is, it has room for a baby (or the foetus).

Bí inú ṣe lè bí àjànàkú, ló ṣe lè bí èèrà. If the elephant can be angry, so can the ant.

Bí ìrẹsì bá ńpà'kúta ẹnu oníbárà kọ́ ló yẹ ká ti gbọ́. Even if the served rice contains stones, the complaint shouldn't be coming from the beggar.

Bí irin bá já, irin làá fi só. If an iron (rod or chain) is broken, it still would be welded together with iron.

Bí irun bá dí gágá tó dí gàgà, òyà náà, ni í mojú rẹ̀. No matter how dishevelled the hair is, it's the comb that will nonetheless sort it out.

Bí ìyà kò bá tí ì jẹ ẹni ìyà, ìyà ńrí nǹkan kan pa ẹnu lọ́wọ́ ni. If someone destined to suffer has not been attacked by suffering, suffering must be busy with some other fellows.

Bí ìyá ò sí, ìyà tó wo ọmọ dàgbà. Without a mother, life's challenges are well able to train up a child to maturity.

Bí kò sí àkópọ̀, kí lewúrẹ́ wá dé ìsọ adìyẹ? Were it not that the animals (for sales) had been packed together, what would goats be doing in the stall for chickens?

Bí kò sí bó ti rí, ìrẹ̀ kì í ṣẹ́ nítan. If there aren't unusual reasons, the cricket cannot ordinarily have a fractured "thigh".

Bí ó bá ku ọwọ́ kan àdán, yóò fi rọ igi. Even if a bat is left with just one paw, it would hang unto a tree branch.

Bí ó ṣe lè wù kí ẹnu fùrọ̀ mọ́ tó, kì í ṣe ilé imú. No matter how clean the anus is, it is not a home for the nose.

Bí ó ti wù kí ojú ọrun funfun tó, sánmà dúdú yó wà. No matter how bright the sky is, some dark clouds would exist.

Bí ó ti wù kó pẹ́ tó, olóòtọ́ kò ní sùn sí ipò ìkà. No matter how long it takes, the righteous will not take the place of the wicked.

Bí ọbẹ̀ ò dùn, a máa ńtorí àníyàn jẹẹ́. Even if a soup is not tasty, because of the effort expended in preparing it, it still gets eaten.

Bí ọgbọ́n bá tán nínú, ète l'àgbà ńlò. Should wisdom get exhausted, elders would resort to craftiness.

Bí ọjọ́ ewúrẹ́ bá pé, a ní kò sí ohun tí alápatá lè fi òun ṣe. When a goat's appointment with death is due, he would dare the butcher.

Bí ojú alákẹdun, kò bá dá igi, kì í gùn ún. The monkey does not climb a tree it cannot get a clear view of.

Bí ojú bá ńpọ́n igún, ó yẹ́ kí àwòdì báa rà, nítorí kò sí ẹni tó mọ bí ọla yóò ṣe rí. If the vulture is impoverished, the hawk should at least patronise it, as no one knows tomorrow.

Bí ojú kò bá rí, ẹnu kì í sọ nǹkan. If the eyes have not seen, the mouth cannot utter anything.

Bí ojú kò bá fọ́, ẹsẹ̀ kì í ṣìnà. If the eyes are not blind, the legs won't miss the way.

Bí ọkọ bá kéré ju ológìnní lọ, baálé ilé ni yóò máa jẹ́. Even if a husband is smaller in size than a cat, the head of his home he remains.

Bí oko bá tilẹ̀ dára bí ilé, ibi kan lèyàn ńfọwọ́ ọ́ mú. Even if the farm is as nice as the home, one ought to stick with one.

Bí ọkọ̀ kan ó re Ejínrín, ẹgbẹgbẹ̀rún rẹ̀ á lọ. If one bus won't go to Ejinrin town, thousands others will go.

Bí olóde ò kú, òde rẹ̀ kò gbọdọ̀ hu gbẹgi. As long as the owner isn't dead, a compound shouldn't be overgrown with weeds (or suffer neglect).

Bí ọlọ́jọ́ ẹyẹ bá pé, kò kan ti àìmọ̀ọ́fò. When it's time for a bird to die, it has nothing to do with its inability to fly.

Bí Ọlọ́run bá ti fí ọtá ẹni han'ni, kò lè pa'ni mọ́. If God would reveal one's enemy to one, the enemy can no longer kill one.

Bí Ọlọ́run kò bá tí ì ṣe èyàn ní bàbá, a sì fi ìyànjú ṣe bí àgbà. If God has not made one a father, one should at least attempt to act like an elderly person.

Bí omi bá ńbẹ lẹ́hín ẹja àrọ, á jayé pẹ́. If water continues to back the cat fish, it would live long.

Bí omi ṣe mọ l'ẹja rẹ ńmọ. As a water body is in size, so are the fishes in it.

Bí ọmọdé bá júbà àgbà, á roko dalẹ́. If a youngster defers to (or respects) the elders, he will live long.

Bí ọmọdé bá láṣọ bí àgbà, kò lè ní àkísà bí àgbà. If a youngster has as many clothes as an elderly person, he cannot have as many rags.

Bí ọmọdé bá ńgún iyán eéru, àgbà ò gbọdọ̀ ro ọkà iyẹ̀pẹ̀. If a youngster is preparing pounded yam with ashes; an elder shouldn't prepare yam flour meal with sands.

Bí ọ́mọdé bá ṣubú á wo iwájú; bí àgbà bá ṣubú á wo ẹ̀hìn. Upon falling, a youngster looks ahead (for help); an elder looks back (for the cause).

Bí ọmọdé kò bá bá ìtàn, á bá àrọ́bá, àrọ́bá sì ni baba ìtàn. If a youngster is not old enough to witness an event, he should be old enough to learn of it by oral tradition, and oral tradition is superior (because whereas there is a limit to what he can witness in life, there is no limit to what he can learn).

Bí ọmọdé kò bá mẹ̀wẹ̀ tí kò mòwè, àá sì já ẹ̀wẹ̀ sí ọwọ́ ọ̀tún, àá já òwè sí ọwọ́ òsì fún un ni. If a youngster does not know the difference between the "ewe" and "owe" leaves, we simply put one on the left hand and the other on the right hand, to show him.

Bí ọmọdé kò bá rí oko bàbá ẹlòmíràn, á ní ti bàbá òun ló tóbi jù. If a child has not seen another's, he will claim his father's farm is the largest.

Bí ọmọde ò kú, àgbà ní yóò dà. If a youngster lives long, he will also become an elder, eventually.

Bí onígbá bá ṣe gbe igbá rẹ̀, ni wọ́n ṣe máa bá a gbe, bóyá fún ìwẹwọ́ tàbí fún ìjẹun. However the owner of a calabash takes it, that's how others take it; either for washing hands or for eating.

Bí onírèsé bá kọ̀ tí ò fín igbá mọ́, èyí tó ti fín ò leè parun. Even if the calabash carver no longer carves calabashes, those already carved would remain.

Bí ọ̀ọ̀dẹ̀ ò dùn, bí ìgbẹ́ n'ìlú ńrí. If one's home is not at peace, the entire town would seem like a forest to one.

Bí oore bá pọ̀ lápọ̀jù, ibi laráyé fi í su'ni í san. If kindness is excessive, it is often reciprocated with wickedness.

Bí ọ̀rẹ́ eléèèsú bá kó tán, ọtá rẹ̀ náà yóò kó. When the friends of a thrift collector are through collecting their contributions, his enemies would collect theirs, as well.

Bí orí bá ti mọ, là ńdá fìlà fún un. As a head is (in size), so caps are made for it.

Bí orí bá ti rù, ó di dandan kí ẹnu ó jẹ. Once the head has carried (or borne a burden), the mouth must need eat.

Bí orí èyàn yóò bá burú, ọrùn ni í kọ́kọ́ dùn ún. If someone would have a bad head, it often starts with a bad neck.

Bí orí ṣe tó, ló ṣe ńfọ́ olórí. As a head is in size, so it aches the owner.

Bí ọ̀rọ̀ bá dé bá ọlọgbọ́n, yóò di ẹgbẹ́ òmùgọ̀ ni. When a wise man is faced with challenges, he could appears so unwise.

Bí òrónró ṣe sún mọ́ ẹran tó, ló ṣe ńba ẹran jẹ́. As the gall bladder is close to meat parts, so it messes them up.

Bí ọrùn àgbáǹréré ti gùn tó, kò lè rí ojọ́ ọla. Despite how long the neck of a giraffe is, it cannot see the future.

Bí ọsàn bá dúdú, ó ńpadà bọ̀ wá pọ́n ni. An unripe orange will most assuredly become ripe, eventually.

Bí ọwọ́ eku ṣe mọ, ló ṣe fi ńbọ'jú. As the paws of a rat are, that's how it uses them to wipe its face.

Bí ọwọ́ ò sun inú àwo, tí ò sùn sí ẹnu, bó pẹ́ bó yá, èyàn à yó. If one's hand is neither stuck in the plate (of food) nor in one's mouth, one would be full, eventually.

Bí túlàsì bá di méjì, ọkan là á mú. If there are two (competing) obligations, one ought to simply pick one.

Bí yóò ti dára, lọ́wọ́ Elédùmarè ló wà. How things would get better is in God's hands.

Bíbíre kò ṣe é fi owó rà. A good pedigree cannot be acquired with wealth (or money).

Bíńtín lèkùrọ́, ṣùgbọ́n apá ọbẹ ò ka. The palm kernel is truly small, but it is beyond what the knife can handle.

Bó lé lógún ọdún tí a ti fi adẹ́mun jọba, kò ní yé ọrùn ọpẹ ẹ́ wò. Even after twenty years as a king, the palmwine tapper won't cease his nostalgic gaze at the palm tree.

Bó pẹ́ bó yá, agogo tó lu méjìlá, ńbọ̀ wá lù'kan. Eventually, a clock that struck 12 o'clock would strike 1 o'clock.

Bó pẹ́ bó yá, akólòlò á pe 'baba'. No matter how long, a stammerer would eventually pronounce 'baba' (or father).

Bó pẹ́ bó yá, akọpẹ yóò wá'lẹ̀. No matter how long, the palmwine tapper would come down (from the palm tree).

Bó pẹ bó yá, ogún ọdún ńbọ̀ wá k'ọla. Eventually, twenty years time would one day be referred to as tomorrow.

Bó ṣe ńṣe iṣu, ọbẹ̀ ló ńyé; bó ṣe ńṣe ìyàwò, ọkọ rẹ̀ ló mọ̀. How the yam feels is known by the knife; ask the man on how his wife feels.

Bó ti wù kí á fa igi èsúrú tó, èsúrú yóò ta. No matter how hard the aerial yam plant is pulled, it will yet grow to maturity.

Bó ti wù kéèyàn lówó tó, kò lè ra ilé ayé tán. No matter how rich anyone is, no one can buy up the whole world.

Bó ti wù kí ojú kan tóbi tó, ojú méjì sàn ju ojú kan lọ. No matter how big an eye is, two eyes are better than one.

B'ójú rí, ẹnu a pa mọ́. It's not all that the eyes see, that the mouth utters.

CHAPTER 3

D

Dá wèrè lóhùn gẹ́gẹ́ bí i wèrè rẹ̀, kó má baà rò wípé ò gbọ́n lójú ara òun. Respond to a fool according to his foolishness, so that he won't believe that he is smart.

Dàda ò lè jà, ṣùgbọ́n ó l'aburo tó gbójú. Dàda (a hypothetical fellow) is incapable of fighting but he has a brave brother (to defend him).

Dídákẹ́ lerin dákẹ́, àjànàkú ló lẹgàn. The elephant is simply unpretentious; its lordship of the forest is not in doubt.

Dídùn dídùn là ńbá ilé olóyin. Honeycombs are always found in a sweet state.

Dídùn ló dùn tá ńbá ọrẹ́ jẹkọ, ti ilé oge to óge jẹ. One eats with a friend because of the pleasure of friendship not because one lacks.

Dídùn, dídùn l'ọsàn ńso. Sweet fruits are what orange trees yield.

Díẹ̀ díẹ̀ n'imú ẹlẹ́dẹ̀ fi ńwọgbà. A little at a time is how the pig's snout gets into the garden.

Díẹ̀ leyín tó ńjẹran, iyókù kí ẹrẹ̀kẹ́ má báa papó ni. Only a few of man's teeth really do chew meat, the rest simply keep up the shape of the cheeks.

Díẹ̀ ọmọ ọkùnrin kò tó. A little effort from a young man is not enough.

Díẹ̀ ńbẹ lọ́wọ́ ọkọ, díẹ́ ńbẹ lọ́wọ́ àlè. The husband has some faults and his wife's concubine have some as well.

Díẹ̀ ni ti Àlàbá nínú ibejì, ẹkẹrin ọmọ ni í ṣe. Alaba is not that much of a twin; he is the fourth in line.

Díẹ̀ tó nínú nkan onínǹkan. A little out of someone else's possession should be good enough.

Díẹ̀díẹ̀ ni iṣẹ́ ńsá, kẹrẹ̀kẹrẹ̀ ni iṣẹ́ ńwọlé. It's little by little that work runs away; it's slow and steady that poverty crawls in.

Dìndìnrìn kì í bá ni l'àgbà, kékeré ní i ti í bá'ni í lọ. Stupidity doesn't just jump on someone at adulthood; it's been with the person since childhood.

Dùndùn méjì l'onílù ńgbé lọ ibi eré àṣemọ́júmọ́; bí ọkan bá ya, á kù ọkan. A drummer goes to an all-night party with two drums so that even if one is bursted, he would still have another.

Dúrógbadé tí ńdẹ isà ejò, bí kò bá dúró gba adé, ọmọ mí ì yóò gbà á. If Durogbade (name of a person implying he is a heir to a throne) who is digging a snake's burrow (and placing himself at risk), won't allow himself (by his risky actions) to be crowned king, someone else would.

CHAPTER 4

E

Ebi kì í pa igún di ojọ́ alẹ́. The vulture never starves until the evening.

Ebi kì í wọ inú, kí ọ̀rọ̀ mí ì wọ́ọ́. Once hunger enters a stomach no other issue would be permitted entry.

Ebi kò ní pa igún títí, kó wá jẹ àgbàdo. The vulture cannot be so hungry as to eat maize.

Ebi ńpa mí ò ṣeé fi ìfé sọ. I am hungry is not to be expressed by whistling.

Èébú álọ ni ti ahun, àbọ̀ ti àna rẹ̀ ni. The initial shame is for the tortoise; the subsequent ones are for its in-law (who exposed it to such).

Èébú ò so. Abusive or deriding words do not grow on one.

Èéfín ni iwà; kò ṣeé fi pamọ́. Character is like smoke; it cannot be covered up.

Eérú ọdún mẹ́ta a máa jó'ni lọ́wọ́. Three year old ashes can burn one's fingers.

Èésú ò lérè, iye tí oníkálùkù bá dá, ló máa kó. Thrift contribution yields no interest; it's what each person contributes that he collects.

Èèyàn bo'ni lára ju aṣọ lọ. Humans provide better cover than clothes.

Èèyàn meji kì í pàdánù irọ́; bí ẹni tí a ńparọ́ fún kò bá mọ̀ ọ́, ẹni ńparọ́ mọ̀ pé irọ́ lòun ńpa. Two people cannot be fooled with lies; if the person lied to doesn't know he is being fooled, the person lying knows he is lying.

Èèyàn ò sunwọ̀n láàye, ọjọ́ a kú là ńd'ère. A man is seldom appreciated while living, but paid a tribute with a statue after passing on.

Èèyàn tó wọ ọjà níhòhò tó wá ńná yẹtí; ṣé ìbotí lọrọ̀ ẹ̀ kàn ni tàbí ìbòdí? Is adorning the ears or covering the body the crucial issue for a person who entered the market stark naked and began to price earrings?

Ejò tí àgbàlagbà fi ìbẹ̀rù bojo jù sílẹ̀, lọmọdé kì mọ́lẹ̀; bí ọmọ náà ò bá bọ̀wọ̀ fún àgbà, o yẹ kó lè bẹẹ̀rù ejò. A snake that was dropped by an elder in fear is what a child picks up; if he has no respect for the elder, he should at least fear the snake.

Ejò tó bu ẹnikan jẹ, ìrù ló fi ṣán elòmíràn. The snake that bit someone, merely swiped another with its tail.

Èkó lowó wà, Ìbàdàn lọrọ̀ wà, tó bá bá kádàrá ẹdá mu ni. "There's wealth in Lagos", "There are riches in Ibadan" are only relevant if they are consistent with one's destiny.

Èkòló lè gùn tó ejò, ṣùgbọ́n oró inú wọn yàtọ̀. The earthworm may be as long as the snake, but their respective venoms differ in potency.

Èkù ò mọ̀ pé ara ńta àdá. Handles, seldom appreciate that cutlasses are under stress.

Eku tó bá fi jùà jùà wọ isà, jùà jùà náà ló máa bá jáde. A mouse that carelessly rushed into its burrow will carelessly rush out, as well.

Eku tó fi àkọ̀ s'ílẹ̀ tó ńjẹ ọ̀bẹ, t'ẹnu ẹni ló fẹ́ gbọ́. A rat that ignored the sheath and began to eat the knife, seeks to be attended to.

Eku tó ńda onílé láàmú nítorí ẹja díndín, pàkúté ló má a kọ́ ọ lọ́gbọ̀n. A rat that makes itself an issue in a home because of fried fish would be taught a lesson by the trap.

Èkúté ilé kò rí ẹnu bá ológbò wí. The rat has no mouth to reprove the cat.

Èkúté ilé ní tẹni tó pa òun, kò dun òun tó tẹni tó gbé oun ṣánlẹ̀. The rat claimed it is not as offended with the person that killed it as the one that slammed it on the ground.

Èkúté kò fi ibi àjà jìn, han ara wọn. Rats do not show one another where the holes in the attic are.

Èlírí kì í ṣe ọmọ eku, bí ìran ẹ̀ ṣe mọ ni. The tiny mouse isn't an offspring of the rat; its smallness is genetic.

Èlùbọ́ ṣe ègbodò rí, ẹrú ṣe ọmọ ní ilé bàbá rẹ̀. Yam flour was once a fresh yam; a slave was once a free-born in his father's house.

Èlùbọ́ ṣe ègbodò rí, arúgbó ṣe omidan rí. The yam flour was once a fresh yam; the old grey-haired woman of today was once a young maiden.

Èmi ni mo lowó mi, ló ńba owó ọmọdé jẹ́. "I own my money" is what destroys a youngster's wealth.

Ení tere, èjì tere, lọjà fi ńkún. It is one by one that a market fills up.

Epo bíntín ló ńba ojú omi jẹ́. It's a little quantity of oil that mars the surface of water.

Eré e kí lajá ńbá ẹkùn ṣe? What kind of friendship is the dog having with the leopard (since dogs are games to leopards)?

Eré e kí làṣá ńbá ọmọ adìyẹ ṣe? What kind of friendship is the kite having with the chick (since kite preys on chicks)?

Eré tí ajá bá fi ogún ọdún sá, ìrin fàájì ni fún ẹṣin. A race that takes dogs twenty years is a mere leisurely walk to horses.

Eré tí ọpọlọ ńsá nínú omi gbígbóná, tó bá sáa lọ́dàn ni, kò ní wọ omi gbígbóná. Had the frog been as fleet-footed in the fields as it is in the hot water pot, it won't have entered the pot.

Erin ibi kan, èlírí ni ní ibòmíràn. An elephant (what is significant) in one place is a tiny mouse (insignificant) in another.

Erin kì í fọn kí ọmọ rẹ̀ fọn, ọmọ erin tó bá tó ó fọn, á wá ìgbẹ́ tirẹ̀ lọ ni. An elephant cannot trumpet and its baby will trumpet as well; a baby elephant that wants to trumpet will seek its own (domain in the) forest.

Erin kì í jẹ koríko abẹ́ rẹ̀. An elephant does not graze on the grasses under it.

Erín kú mọ̀ngúdú fi jẹ, ẹfọ̀n ku mọ̀ngúdú fi jẹ, mọ̀ngúdú wá kú, kò rí ẹni tí yóò jẹ òun. The elephant died and the pot ate it up, the buffalo died and the pot ate it up, the pot now 'died' and found no one to eat it up.

Èrò làá rò, ká tó lè kọ́ ilé tó ga bí i dodo. Proper planning is what is required to build an exceedingly tall building.

Èrò lọbẹ̀ gbẹgìrì, tí a kò bá ròó, á díkókó. The bean soup must be well stirred else it will be lumpy.

Èrò tètè, èrò má tètè, ti èrò là ńsọ fún èrò. Whatever promptness or tardiness advices are given to commuters are indeed for their benefits.

Èṣù kò ní fún'ni lóuńjẹ, kó má yọ ẹgba lọ́wọ́. The devil won't give one food, without holding a cane (to flog one) in his hand.

Èṣù kọ́ ilé fún ẹ, o ló kéré; ṣe ó ní kó tó ẹ ńgbé ni? The devil built you a house and you complain that it is a tiny house; did he tell you he wants it big enough for you to live in?

Èsúrú kì í yàgàn. The aerial yam never goes barren.

Etí kan ò yẹ orí, bàtà kan ò yẹ ẹsẹ̀. A single ear does not suit the head; a single shoe does not suit the feet.

Etí mẹta ò yẹ orí; èèyàn mẹta kò lè dúró ní méjì méjì. Three ears do not suit the head; three people cannot stand in groups of twos.

Etí ọba n'ílé, etí ọba l'óko, èyàn ló ńjẹ́ bẹ́ẹ̀. To say the king has ears at home and at the farm, refers to people (eavesdropping).

Etí tó bá tọrọ ọ̀rọ̀, dandan ni kó gbọ́ ọ. Any ear that asked for words would surely hear them.

Ètò lòfin kín-ín-nín lóde ọrun. Order is the first law in heaven.

Ewé ata kì í tó ata a pọ̀n. The leaf of the pepper plant is not large enough to pack it.

Ewé fi àwọ̀ jọ ara, ṣùgbọ́n wọ́n ò fi ojú jọ ara wọn. Leaves share the same colour, but they don't look alike.

Ewé kan kì í bọ́ lára igi, kí Ọlọ́run Ọba má mọ̀. A leaf won't drop off a tree without God's foreknowledge.

Ewé kì í dédé rọ, ọmọ èyàn ló jáa tó fi ńrọ. Leaves do not just wither by themselves, but they do when cut off by man.

Ewú logbó; irùngbọn làgbà; máamú làfojúdi. Grey hairs are the mark of old age, beards are the mark of seniority, and moustache is simply a mark of insolence.

Ewu ńbẹ l'óko Lóńgẹ́, Lóńgẹ́ pàápàá ewu ni. There is danger at Longe's farm, Longe (a hypothetical fellow) himself represents danger.

Ewúrẹ́ ilé, kò mọ iyì ọdẹ ní ilé. The domestic goat has no respect for the hunter at home.

Ewúrẹ́ ńbínú ó fi ẹsẹ̀ halẹ̀; kò ní pa olówó reẹ̀ jẹ. The goat is angry and scrubs the floor with its paws; it certainly won't kill its owner.

Ewúrẹ́ ò lóun ò ṣe ọmọ ìyá àgùtàn, àgùtàn ló ní ìyá òun kò bí dúdú. The goat hasn't objected to being the sheep's sibling; it's the sheep that claimed its mother has no black offspring.

Ewúrẹ́ tó lè kígbe jù, kọ́ lebi ńpa jù. The goat that bleats the loudest is not necessarily the most famished.

Ewúro ò fi tojo korò. Bitter-leaf is not bitter out of cowardice.

Èyàn bí àparò, lọmọ aráyé ńfẹ́. It's someone like the partridge that the world prefers.

Èyàn kì í dára, kó má kù síbì kan. No one can be so good and not have a flaw.

Èyàn kì í fúyẹ́ kó lóun wúwo. One shouldn't be light and claim to be heavy.

Èyàn kì í gb'ókèrè ní iyì, a sún mọ́'ni ni í mọ̀ iṣe ẹni. No one can be appreciated from afar of; you know someone well enough when close.

Èyán kì í kéré, ni ìdí nkan rẹ̀. One cannot be inconsequential or irrelevant concerning what one owns.

Èyàn kì í láṣọ lórí ìkọ, kó ní kí ti ọmọ ẹlòmíràn fàya. One ought not to have one's clothes hung up and wish someone else's get torn.

Èyàn kì í mọ iyì ara rẹ̀. A person seldom appreciates his or her self-worth.

Èyàn kì í mọ iyì ohun tó ní, à fi tó bá sọọ́ nù. We seldom appreciate what we have, until we lose the thing.

Èyàn kì í ṣu sí ibi tí yóò sùn sí. One should not defecate upon where one is going to sleep.

Èyàn kì í tijú u má nà mí. No one is too shy to refuse to be beaten.

Èyàn kì í yọ, k'ílẹ̀ ó sẹ́. One cannot slip and the floor will deny it.

Èyàn kò dàbí iṣu tí a lè ṣẹ lórí wò, kí a wò bí o ti rí. Humans are not like yams that may be scratched to check how they are.

Èyàn ló kọ́ ẹṣin lóró, ẹṣin ò n'íkà nínú rárá. Man (by its action) taught horses wickedness; ordinarily horses are not wicked.

Èyàn l'óun ó bà ọ́ jẹ o ní kò tó bẹ̀ẹ̀. Tó bá ní o ò nù'dí, ẹni mélòó lo máa fẹ fùrọ hàn? Someone threatens to discredit you, and you said he can't. If he claims that you didn't clean up when you defecated, how many people are you going to open up your backside to?

Èyàn máa ńpebi mọ́ inú, ṣe iṣẹ́ ayo ni. One ought to endure hunger (or inconveniences) to accomplish what will bring satiation.

Èyàn ò bímọ tó pọ̀ ni kò bí ẹrú, tí èyàn bá bímọ tó pọ̀, á bí abèṣè ọmọ. Only those who has few children can boasts of not giving birth to slaves; having many children come with the risk of having an irresponsible child.

Èyàn tì "Gàmbàrí" bá rí jẹ l'ọ́dọ̀ rẹ̀ ni í pè ní "Mègídá". It's one from whom 'Gambari' (someone of Northern Nigeria extraction) profits that he refers to as a boss.

Èyàn tó ju òkò lu àgbọnrín, aájò ọbẹ ló ńṣe. The person who throws mere stones at an antelope is also making efforts at preparing stew.

Èyàn tó ńbínú orí, irú wọn kì í rí fìlà de. Those who deride the head seldom find the right size of cap to fit it.

Eyín ká, ilé ẹrín wó. The 'house of laughter' collapses when teeth fall out.

Eyín tí òkété fi ńpa èkùrọ́, kò sí ẹranko ẹgbẹ́ rẹ̀ tó lè ri. No other animal gets to see the teeth the bush rat uses to crack palm nuts.

Eyín tó bá lè fọ́ èkùrọ̀, yẹ kò lè fọ́ òkùta. A set of teeth that can crack palm kernel nuts should be able to crack stones as well.

Eyín tó wà lẹ́nu tó ńmì, tí kò ká, ẹlẹ́nu ò lè gbádùn rẹ̀. The teeth in the mouth that is shaking but not yet removed cannot bring pleasure to the owner.

Èyí ó wù á wí, t'Olúwa làṣẹ. We may say what we please; it is God's will that will get done.

Èníkéèní ẹtu, ọlakọ́ọla ẹtu; ṣe ẹtu nìkan ló wà nínú igbó ni? Each and every day, we hear the problem is the deer; is deer the only animal in the forest?

Èpà ńpa ara rẹ̀, ó lóun ńpa ajá; bí ajá bá kú, ṣé yóò wà láyé? The (parasitic) dog tick is killing itself believing it is killing the (host) dog; if the dog dies, would it remain alive?

Eṣinṣin jẹ elégbò, kò sí ẹni tó gbọ́, ṣùgbọ́n tí elégbò bá ńjẹ eṣinṣin, ariwo á ta. When flies perched on a man with sores, no one knew, but should the man began to eat the flies, noise would break out.

Eṣinṣin ò mọ ikú, jíjẹ ni tirẹ̀. The fly is ignorant of deadly risks; all it desires is to eat.

Eṣinṣin tí kò bá gbọ́ ikilọ, ló ńbá ọgẹ̀dẹ̀ wọ ẹnu ọ̀bọ. It's the disobedient fly that goes with (a bite of) banana into the monkey's mouth.

Eṣinṣin tó ńbọ́dẹ rìn, ló ńmu ẹjẹ̀ àmuyó. The fly that associates with a hunter is the one that gets to drink blood, contentedly.

Eyín tí ajá fi ńbá ọmọ rẹ ṣeré, ló fi ńbù ú jẹ. The same teeth with which the dog plays with its puppies are the ones it uses to bite them.

CHAPTER 5

Ẹ

Ẹ bá iṣu bọlì bọlì lóko, ẹ bá àgbàdo gbòngbò gbòngbò lébè, ẹ tún ní ṣe ọdẹ ni à bí àgbẹ̀? You found immensely formed yams in the farm and markedly big corns in the mounds, yet you are asking whether he is a hunter or a farmer?

Ẹ mú u, ẹ so ó mọ́lẹ̀, ẹranko bí erin kọ́. "Catch it!", "Tether it!" cannot be referring to an elephant.

Ẹ̀bìtì ẹnu ò tàsé. The trap of the mouth (for food) never misses.

Ẹ̀dá ò l'áròpin. No one can be written off.

Ẹ̀dá tó mọ iṣe òkùnkùn, kó má ṣe dá òṣùpà l'óró. Whoever knows the ills of darkness should not harm the moon.

Ẹ̀fọ́ kì í lé ẹ̀fọ́ l'àwo. Vegetables do not chase one another off the plate of soup.

Ẹ̀fọ̀n ńbẹ lọ́dàn, káa tó fi kìnìún jọba eranko. The buffalo was very well in the plains before the lion was ranked as the king (of animals).

Ẹ̀gàn ò ní kí oyin má dùn. Derision does not deter honey from sweetness.

Ẹgbẹ́ ẹja l'ẹja ńwẹ̀ tọ̀. Fish swims along with its school.

Ẹgbẹ́ ẹni kì í wọ́n láyé, ká wá a lọ sọ́run. One's peers cannot be so scarce on the earth, that one would go seeking them in heaven.

Ẹgbẹ́ ẹni là ńgúnyán ewùrà dè. One can only use water-yam to prepare pounded yam for one's peers.

Ẹgbẹ́ ẹyẹ l'ẹyẹ ńwọ́tọ̀. Birds flock according to their ranks.

Ẹ̀gbẹ́ táa máa fi sùn lálẹ́, kò yẹ ká fi gba ọgbẹ́ lọ́ọ̀sán. The side of the body on which one would lie to sleep at night shouldn't be injured during the day.

Ẹgbẹ̀rún ẹja, kò lè dá ẹrù ba odò. Thousands of fish cannot scare the river.

Ẹgbinrin ọtẹ̀, bí a ti ńpa ọkan nì ọkan ńrú. Seeds of rebellion; as one is being uprooted another sprouts up.

Ẹgbọn tó bá ya àpà, yóò di ẹrú àbúrò rẹ̀, dandan. A senior brother (or sister) who is wasteful would certainly serve his junior brother.

Ẹgún tó gún ọmọ l'ẹ́sẹ̀, òun náà ló gún ọmọ l'ọ́wọ́. The same thorn that pricked the child's leg is the one that pricked his hand.

Ẹja àrọ nií mú gbajúmọ̀ jẹ ekòló; ẹran ẹni nií múni jẹ idin. It's (the love of) cat fish that makes a famous person end up eating earthworm; the meat one is eating may well cause one to eat maggot.

Ẹja tí ńda ibú rú, kò ju apá lọ. The fish that troubles the deep (of the sea) is not more than the human arm, in length.

Ẹja wẹ́wẹ́ ló ńtan ẹja ńlá lọ sínú àwọn. The little fish does lure the big fish into the fishing net.

Ẹjọ́ là ńkọ́, ẹnìkan kì í kọ́ ìjà. We learn how to talk properly not how to fight.

Ẹjọ́ kò sí lọ́wọ́ ẹni tó jẹ àmàlà tí kò ṣíwọ́, ẹni tó fi ẹgusi se námà ló jẹbi. It is not the fault of someone who ate the yam flour meal without ceasing, but of the person who prepared the melon soup with beef, that went with it.

Ẹkan l'ejò ńyán'ni. Snake bites one only once.

Ẹkẹ otòṣì kì í to ilé l'ówùúrọ̀. A poor man's rafters are not accepted for roofing early in the day.

Ẹ̀kọ àsìkò, sàn ju iyán ewú lọ. A freshly made pap is better than a very old pounded yam.

Ẹ̀kọ gbígbóná ńfẹ́ sùúrù. Patience is needed to drink hot pap.

Ẹ̀kọ ò kọlà, ewé tí a fi pọ́n ọn, ló kọ ilà fún un. The corn meal has no marks; it's the wrapping leaves that left marks on it.

Ẹ̀kọ tí ò l'éwé, òun l'ágbà ńgbà yẹ̀'wò. The corn meal without leaves (wrappings) does get inspected by an elder.

Ẹ̀kọ̀ọ̀kan là ńrí Òṣùmàrè, ọjọ́ táa bá ri, ó yẹ ká wòó láwòfín. Rainbows are seen once in a white; it should be looked at closely when seen.

Ẹkùn dá mi mo dá ẹkùn, a kò lè fi wé ẹni tí ológìnní kò kọ lu rara. Even if one won a wrestling match with a leopard, it cannot be compared with someone who did not even collide with a cat.

Ẹkùn kì í yan, kí ajá tún yan. The leopard cannot march around and the dog will do, as well.

Ẹlẹ́dẹ̀ ní ọjọ́ tí òun ti já ọgbọ́n hùn, ọjọ́ náà lọ̀rọ̀ ò ti ni òhun lára mọ́. The pig claimed that issues ceased to bother it, since it discovered the wisdom of responding with a grunt.

Ẹlẹ́dẹ̀ ò mẹ̀yẹ. Pigs have no value for honour.

Ẹlẹ́dẹ̀ tí kò bá ṣòbùn, àkìtàn ni ò sí lẹ̀hìnkùlé olówó rẹ̀. If a pig is not filthy, its owner may well lack a refuse dump at his or her backyard.

Ẹlẹ́dẹ̀ tó kú légbodò, ló ní kí a fi òun jẹ iyán. The pig that died during the time of the new yam, asked to be used to eat pounded yam.

Ẹlẹrù ló ńgbé ẹrù rẹ̀, kí a tó báa fi ọwọ́ kún un. The owner has to first carry his luggage before hands are extended to support it for him.

Ẹlẹ́wọn kò mọ ẹni tó ńṣìpẹ fún òun. A prisoner does not know who is pleading for him.

Ẹmí gígùn, ni í sàn'yà. It's long life that assures restoration.

Ẹni a fẹ́, kì í ṣi ìwà hù. We are blind to the faults of those we love.

Ẹni a fẹ́ la mọ̀, a kò mọ ẹni tó fẹ́'ni. You do know who you love for sure, but you cannot really be certain of who loves you.

Ẹni à ńbọ́, kò mọ̀ pé ìyàn mú. A person fed by another does not appreciate that there is famine.

Ẹni à ńgbé gẹ̀gẹ̀, ni yóò ba ara rẹ̀ jẹ́. The person held in honour is the one who often discredits himself, eventually.

Ẹni a ńgbé ìyàwò bọ̀ wá bá, kì í ga'rùn. A groom shouldn't be craning his neck to peek at his bride.

Ẹni a ṣe lóore tí kò dúpẹ́, bí ìgbà tí ọlọ́ṣa ko ni lẹ́rù lọ ni. To be kind to someone who is not thankful is akin to being robbed by a thief.

Ẹni bá dákẹ́, ti ara rẹ̀ á báa dákẹ́. Whoever is silent about his issues, the issues remain unresolved, as well.

Ẹni bá dúpẹ́ oore àná, yóò rí òmíràn gbà. Whoever gives thanks for past favours would be favoured with more.

Ẹní bá fẹ́ jẹ iṣẹ́ ẹ̀ pẹ́, máa ńbínú mọ níwọ̀n ni. Whoever wants to long enjoy the fruits of his labour ought to control his temper.

Ẹní bá gbé ayé jẹ́jẹ́, ni í gbé ayé pẹ́. Whoever lives life in a quiet manner is the one who lives long.

Ẹni bá gbé oúnjẹ alẹ́ rẹ̀ fún ológbò jẹ, ìjẹkújẹ ló máa jẹ sùn. Whoever gave his dinner to a cat to eat up would have to settle for a lousy meal.

Ẹní bá gun àkàbà dé òkè, máa ńṣe pẹ̀lẹ́ ni. Whoever climbs to the top of a ladder, ought to tread gently.

Ẹni bá lé eku méjì, á p'òfo. Whoever chases two rats simultaneously, will catch none.

Ẹni bá lójú, lojú ńtì. It is someone who has eyes that can feel ashamed.

Ẹní bá mọ inú rò, á mọ ọpẹ́ dá. Whoever can reason well would understand why he ought to be thankful.

Ẹni bá ńbá afọjú yan ẹpà, gbọ́dọ̀ má a sú ìfè kíkan kíkan. Whoever is helping a blind person to roast groundnuts must be whistling relentlessly (to assure him that he is not eating the nuts as well).

Ẹni bá ńsọ̀kò sí adìyẹ igba, òkò ló máa sọ tí ilẹ̀ á fi ṣú. Whoever is stoning two hundred hens would be at it until the evening.

Ẹni bá ńyọ́ ilẹ̀ dà, ohun burukú á máa yọ́ irú wọn ṣe. Whoever is craftily carrying out evil activities would experience evil, craftily as well.

Ẹni bá pa ògòngò tó ti ìyá rẹ̀ mọ́lé, tó bá pa màlúù, yóò yọ ìbọn sí bàbá rẹ̀. Whoever killed an ostrich and locked up his mother would pop gun at his father, if he gets to kill a cow.

Ẹni bá pa òwe ní ilé àna, òun náà ló máa túmọ́ rẹ̀. Whoever cites a proverb in his in-law's house would be the one to interpret it, as well.

Ẹni bá pẹ́ ní igbó, á rí ìríkúùrí. Whoever tarries long in the forest, will see strange things.

Ẹní bá rí òkú ìkà nílẹ̀, tó taá ní ìpá, ìkà ti di méjì. Whoever kicked the corpse of a wicked fellow made himself a wicked person, as well.

Ẹní bá rọra pa èèrà, á rí ìfun inú rẹ̀. Whoever would carefully dismember an ant would see its intestines.

Ẹni bá sá àgbàdo, ló ńgbàdúrà kí òjò mà rọ̀. Only those who are drying maize (out in the open) pray against rain falling.

Ẹni bá ṣe àṣeyọrí, layé ló mọ̀n ọ́n ṣe. Only those who complete their tasks successfully are the ones, deemed by the world as successful.

Ẹni bá ṣe nǹkan ìtùfù, ni í kíyèsí ẹ̀hìnkùlé rẹ̀ẹ̀. Whoever has done abominable act is the one who minds his backyard (for flammable objects).

Ẹní bá ṣe ohun tí ẹnìkan ò ṣe rí, á rí ohun tí ẹnìkan ò rí rí. Whoever does what no one has done, would experience what no one has experienced.

Ẹni bá ṣetán à ti ta iyì àti ẹyẹ tó ní, á rí ẹni ràá láì san'wó. Whoever is willing to sell off his glory and honour, would find someone willing to buy them without paying.

Ẹni bá tẹ ọká ní ìrù, á rí ìjà ọká. Whoever steps on the tail of the cobra, would see its fight.

Ẹni bá ti l'árá, ó ti l'ẹbí. Whoever has companions already has a family.

Ẹni báni jẹ ọgẹ̀dẹ̀ pípọ́n, yẹ kó lè báni jẹ dúdú náà. Whoever can join one to eat ripe plantains should be able to join one to eat the unripe ones, too.

Ẹni bí ọmọ fún'ni, ti kúrò l'àlè ẹni. A mother of one's child is no longer a concubine.

Ẹni bí'ni là ńjọ. One takes after one's parents.

Ẹní da eérú, ni eérú ńtọ̀. Ashes follow after whoever pours them.

Ẹní dádé ti kúrò lọ́mọdé. Whoever is crowned king is no longer a youngster.

Ẹni ebi ò pa ri, kì í mọ iyì ayo; ẹni tí ò jẹ ìyà rí, kì í mọ iyì ọrọ̀. Whoever has never been hungry seldom appreciate satiation and whoever has never experienced poverty seldom appreciate wealth.

Ẹni ejò bá ti bùjẹ rí, bó bá rí ekòló, yóó họ. Whoever had once been bitten by a snake would flee at the sight of an earthworm.

Ẹni èyàn kò kí kó yọ̀; ẹni Ọlọ́run kò kí kó ṣọ́ra. Those unappreciated by man should rejoice; but those unappreciated by God should beware.

Ẹní fi asẹ́ gbe òjò, ńtan ara rẹ̀ jẹ ni. Whoever is collecting rain water with the sieve is only fooling himself.

Ẹni fi irọ́ fẹ́ ìyàwó, kì í fẹ́ ìyàwó ọhún pẹ́. Whoever marries a woman based on false pretences won't keep the woman for long.

Ẹni gbá àyà ẹni, kò ní kí irú ẹni má rà. Whoever slaps one's chest cannot stop one's locust beans from fermenting.

Ẹni gbé adé ọba fún ẹrú, fẹ́ pa ayé run ni. Whoever enthrones a slave wants to wreck the world.

Ẹni gbé adìyẹ òtòṣì, ó gbé ti aláròyé. Whoever stole the hen of an impoverished person has stolen that of a talkative.

Ẹní gbé ọba mì, kì í ní ìsinmi. Whoever gets crowned a king cannot have rest.

Ẹní gbé òkú àparò, gbé aápọn. Whoever picked up a dead partridge has picked up hassles.

Ẹní gbé ọmọ jó, lọmọ ńmojú. A baby gets familiar with whoever would carry and dance with him.

Ẹní gbin igi gẹdú sí ojúde ẹni, fẹ́ fún'ni ní ìbojì ni. Whoever planted the mahogany tree in front of one's house really wants to give one shade.

Ẹní gbin igi, yẹ kó lè gbádùn ibòju rẹ̀. Whoever planted a tree ought to be able to enjoy its shade.

Ẹni gbé ọkàn lé Olúwa, kò ní jogún òfo. Whoever places his hope on God, won't hope in vain.

Ẹní jìn sí ikòtò, kọ́ ará iyókù l'ọ́gbọ́n. Whoever falls into a ditch, serves as a lesson to others.

Ẹni kan kì í gbọ́n tán. No one knows it all (or possesses all wisdom).

Ẹni kan kì í jẹ 'àwá dé', ọpọ èèyàn ni í jẹ́ jànmọ́ọ̀. One individual cannot be referring to himself with "We have come"; it's lots of people that gets referred to as a group.

Ẹni kàn ló mọ̀. The person concerned about a matter is the one who really knows how it feels.

Ẹni kan ṣoṣo, kì í ṣí'gun. One man does not wage a war.

Ẹní kì afàdápakún lọ ṣe pẹlẹ, ṣe bí èyàn ló fi ẹsẹ pa ehoro. Let the one who killed a squirrel with a cutlass remain modest; at least someone killed a rabbit with mere feet.

Ẹni lẹ́ni lẹ́hìn, kì í ṣe ẹsín ilu. A person with good backing won't be easily exposed to shame.

Ẹni má a dàgbà, kò ní gbá arúgbó l'ọ̀ọ́pá. Whoever wants to live long won't hit an old man or woman with a baton (or be disrespectful to elderly persons).

Ẹni má a mú ọ̀bọ, á ṣe bí ọ̀bọ. Whoever wants to catch a monkey would have to act like one.

Ẹni máa dáṣọ fún ni, ti ọrùn rẹ là ńwò. One ought to take a look at the clothes worn by whoever has offered to provide one with clothes.

Ẹni máa fi ara yí ọlá, onítọ̀hún á fi ara yí ẹ̀gbin, nítorí inú ẹ̀gbin lọlá ńgbé. Whoever desires wealth must need be inconvenienced, as wealth resides right inside of 'filth'.

Ẹni má a jẹ oyin inú àpáta, kì í wo ẹnu àáke. Whoever wants to (extract and) eat the honey embedded in a mountain won't fret about the axe.

Ẹní máa jẹun gbọin gbọin, á ti ilẹ̀kùn gbọin gbọin. Whoever wants to eat his meals most assuredly would lock the door firmly.

Ẹni máa jogún ológún, á pa ìtànkítàn. Whoever wants to take over someone else's inheritance would have to tell spurious tales.

Ẹni máa tẹ́, bí wọ́n ní kó pẹ̀lẹ́, á fa akọ yọ. Whoever would be disgraced would be adamantly arrogant when appeased.

Ẹni mi o ṣẹni, èyàn mi ò ṣèèyàn, a kò lè fi wé aláàárò lásán. Even if one's close relatives are not notable, they still cannot be compared to mere companions.

Ẹni mọ ìṣín jẹ, á mọ oró inú rẹ̀ ńyan. Whoever knows how to eat a fruit should know how to remove its seeds.

Ẹní mọ wúrà, la ńtà á fún. Gold is sold to one who values it.

Ẹni na ìránṣẹ́ ọba, ọba ló nà. Whoever assaulted the king's servant has assaulted the king, as well.

Ẹni ńwá ìfà ńwá òfò. Whoever inordinately seeks for freebies is seeking for loses.

Ẹni òjò pa, tí àrá kó pa, kó má a dúpẹ́. Whoever got beaten by rain but wasn't struck by lightning should be thankful.

Ẹni ọ̀rẹ́ dà kó má ṣe bínú, ẹni abínibí ńdani. Those betrayed by friends shouldn't be offended; siblings betray one another.

Ẹní ránni ní iṣẹ́ là ńbẹ̀rù, a kì í bẹ̀ru ẹni a máa jẹ ẹ́ fún. One defers to the person who sent one on an errand, not to the person one is sent to.

Ẹní rí nǹkan he tó fẹ́ kú nítorí rẹ̀, ọwọ́ ẹni tó ti sọnù ńkọ́? A person wants to die for an item he found; what should the owner who lost it originally do?

Ẹni sọ eré dìjà, ni í jẹbi ejọ́. Whoever turns a prank into a quarrel is the one to be blamed.

Ẹni sọ̀rọ̀ púpọ̀ yó ṣìsọ; àsọjù ló ńmú ìyá ọba pe ara rẹ̀ ní ìyá ọbọ. Whoever talks inordinately will misspeak; inordinate talk is how the king's mother referred to herself as the mother of monkeys.

Ẹni táa fẹ́ rí, la fẹ́ rí, kò sí ọjọ́ táa jí táà rí èyàn. Our hearts do pine for who we want, albeit there are people around, each waking day.

Ẹni táa fún lóbì tí kò ṣọpẹ́, báa fún un, lọ́mọ kò ní ṣàna. A person, who isn't thankful when given kolanut, won't pay his dues, if given a bride.

Ẹni táa gbé gun ẹlẹ́dẹ̀, iwọ̀n ni kó yọ̀ mọ; ẹni tó gẹṣin, ilẹ̀ ló ńbọ̀. Whoever has been helped to mount a pig should remain humble, as even the person on a horse would eventually unmount it.

Ẹni tí à bá fi ẹhìn tì, kí a mu dídùn ọsàn, tó wá ńfún'ni ní kíkan mu. A person on whom one should be able to lean and eat sweet oranges, now feeds one with soured ones.

Ẹni tí a fi orí rẹ̀ fọ́ àgbọn, kò ní dúró jẹ ẹ́. Anyone whose head had been used to break coconut, won't partake in eating it.

Ẹni tí a fi pamọ́ tó ńhú'kọ́, ọ̀rọ̀kọrọ̀ ló fẹ́ gbọ́. A person one is trying to hide, who now decides to cough is asking for some sharp reprimands.

Ẹni tí a kò bá fẹ́, ni ilé rẹ̀ ńjìnnà. Only the person we do not want to visit is the one who lives afar off.

Ẹni tí a kò bá rí ibi sá fún, èyàn máa ńdúró dèè ni. One braces oneself to confront, a person one cannot avoid (or run away from).

Ẹni tí a kò fẹ́ ní ìlú, kì í jó lójú agbo. Whoever is not wanted in a town should not be dancing on the dance floor.

Ẹni tí a kọ́ ní ìkà tó gbà, ìkà ti wà nínú rẹ̀ tẹ́lẹ̀ ni. Whoever consents to a wicked act he is advised must have had wickedness in him all along.

Ẹni tí a ńbá ná ọjà la ńwò, a kì í wo ariwo ọjà. One ought to focus on the person one is trading with, and not on the noise in the market.

Ẹni tí a ńgé l'ọ́wọ́, kì í bọ òrùka. Anyone whose fingers are being cut off should not be putting on rings.

Ẹni tí a ńwò, kì í wò'ran. Whoever is being watched does not join in the watching.

Ẹni tí a ò lè mú, a kì í gọ dè é. One ought not to ambush a person one cannot defeat.

Ẹni tí a rí, là ńmọ́ ọ l'ójú. One can only look derisively at a person one is able to see.

Ẹni tí a rò pé kò lè pàgọ́, ó ńkọ́ ilé aláruru. A person thought incapable of a tent is building a mighty house.

Ẹni tí bíńtí ò tó, púpọ̀ yóò jìnnà sí i. Much will be far from whoever is not contented with a little.

Ẹni tí ebi bá pa sùn, ebi náà ni yóò ji. Whoever slept in hunger, will be woken by hunger as well.

Ẹni tí ẹnìkan ńpè ní ìyá, ìyàwó ló jẹ́ fún ẹlòmíràn. A woman, who someone refers to as a mother is a wife to another.

Ẹni ti ìjà kò bá bá, ló ńpè ara rẹ̀ l'ọ́kùnrin. Only someone who has not faced challenges boasts and calls himself a man.

Ẹni tí kíkí rẹ̀ ò yóni, àìkí rẹ̀ ò lè pani lébi. If one refrains from a relationship that is not profitable, one cannot sustain any material loss.

Ẹni tí kò bá fẹ̀ kí a jẹun yó, a máa ńṣe ti rẹ̀ mọ́ oúnjẹ ni. Whoever won't allow one to eat and be satisfied, one ought to prepare in advance for him.

Ẹni tí kò bá gba èyí tó mi, èyí tẹ́ mi ló máa gbà. Whoever won't accept contentment has accepted disgrace.

Ẹni tí kò bá gba kádàrá, yóò gba kodoro. Whoever is unwilling to accept his destiny (or his lot per time) would end up with nothing.

Ẹni tí kò bá jẹ gbì, kò lè kú gbì. Whoever does not partake in questionable things cannot die a questionable death.

Ẹni tí kò bá l'áṣọ méjì, kò lè sọ pé aṣọ òun jẹ́ àkísà. Whoever does not have up two items of clothing, won't refer to the only one he has as a rag.

Ẹni tí kò bá lè dá'ni l'ókoòwò, kò tún gbọdọ jẹ'gbá ẹni run. Anyone who won't financially support one's business venture should not run it down.

Ẹni tí kò bá lè jìyà tó kún ahá, kò lè gbádùn ọrọ̀ tó kún inú àmù. Whoever cannot endure a cup-filled deprivation cannot enjoy a pot-filled wealth.

Ẹni tí kò bá lè ṣe bí aláàárù l'Óyìngbò, kò lè ṣe bí Adégbọrọ̀ l'Ọ́jà Ọba. Whoever is unwilling to be a porter in a local market cannot rise to become a wealthy merchant in a major one.

Ẹni tí kò bá lọ, kì í dé. Whoever has not gone cannot be arriving.

Ẹni ti kó bá mọ̀ọ́ jó, kì í jìnnà sí onílù. Anyone who does not know how to dance ought not to stand too far from the drummers.

Ẹni tí kò bá rí fún ni, kò tún gbọdọ̀ máa gba t'ọwọ́ ẹni. Whoever cannot give to someone should not deprive the person of what he or she has.

Ẹni tí kò bá si ní ilé, ni ewúrẹ́ rẹ̀ ńbí'kan. The goat of an absentee owner is the one that gives birth to only one kid.

Ẹni tí kò dá'ni l'aṣọ, kò gbọdọ̀ p'èyàn l'árungún. A person who did not clothe one should not be accusing one of being wasteful.

Ẹni tí kò dúpẹ́ ẹgbẹfà, bẹ́ igi dí ọ̀nà egbèje. Whoever is not grateful for small favours has blocked the path to bigger ones.

Ẹni tí kò fẹ́ ìyàwó, àna kì í kú fún. An unmarried person cannot be losing a parent in-law.

Ẹni tí kò gbọ́ ti ẹnu ẹ̀gà, ló ńsọ pé ẹ̀gà ńpatótó, tẹnu ẹyẹ lẹyẹ kúkú ńsọ. Only those who have not heard out the palmchat bird would deride it as needlessly noisy; it is simply stating its point.

Ẹni tí kò jalè, kì í retí èpè. Whoever has not stolen, won't be expecting curses.

Ẹni tí kò lẹ́ni tí yóò wa, kì í sọnù. A person who has no one to search for him or her should not be getting lost.

Ẹni tí kò l'ééyàn l'ẹ̀hìn, kì í sun orun ọsán. Taló máa ji? Whoever has no one around shouldn't be observing siestas. Who will wake him?

Ẹni tí kò lówó kẹ̀kẹ́, kì í gba àwìn mọ́tò. Whoever cannot afford a bicycle should not be buying a car on credit.

Ẹni tí kò mọ iṣẹ́ ẹ́ jẹ, ni í pààrà lẹ́ẹ̀mejì. Only someone who cannot properly run an errand has to do a repeat.

Ẹni tí kò mu ẹmu mọ́, yẹ kó gbọ́wọ́ kúrò lẹnu agbè. If a person does not want to drink palmwine any longer, he should at least keep his hands off the palmwine keg.

Ẹni tí kò mú nǹkan wá sáyé, kò lè mú nǹkan lọ sí ọ̀run. Whoever brought nothing into this world cannot take anything along to heaven.

Ẹni tí kò ní irú ẹni, kò lè mọ iyì ẹni. Whoever does not have anyone like a person cannot appreciate the person.

Ẹni tí kò ní ìyá, kì í dá egbò ẹ̀hìn. A person who no longer has a mother ought no to sustain a wound on his back.

Ẹni tí kò rí fún ni, kì í gba tọwọ́ ẹni. A person who is not giving to one should not be collecting what one has.

Ẹni tí kò r'ọ́lá rí, tó s'ọmọ rẹ̀ ní Ọlániyọnu. Someone who just got rich named his child 'wealth has troubles' (an experience he is yet to have).

Ẹni tí kò tí ì rí àkàṣù ẹ̀kọ, kì í ṣe ata sí ẹ̀fọ́. Whoever has not first secured the corn meal does not prepare the vegetable soup (needed to eat it).

Ẹni tí kò tí ì kúrò láyé, kò lè mọ irú ẹni tí òun yó dà. Whoever still has life cannot know for sure who he or she can still become.

Ẹni tí kò tó bàbá ọmọ ṣe, kì í pe alákàrà. Whoever is not ready to stand as a father (to pay for purchases) should not be beckoning on the bean cake seller.

Ẹni tí kò tó gèlètè, kì í mín fín. A person who is not big in stature should not be breathing heavily.

Ẹni tí kò tó ni í nà tó ńdènà de'ni, àjẹkún ìyà ni yóò jẹ. A person who cannot defeat one in a fight, but who decides to be stalking one would be severely punished.

Ẹni tí ńfọ́nnu pọ̀, kì í lè ṣe nǹkànkan. Whoever brags excessively often cannot do much.

Ẹni tí ò bá mọ bí ẹgbẹ́ rẹ̀ ṣe là, á sá àsákú. Whoever unduly worries about his peer's relative success would hustle himself to death.

Ẹni tí kò bá ṣubú, kò lè dìde. Whoever has not fallen cannot rise.

Ẹni tí ò fẹ́ wọ àkísà, kì í bá ajá ṣe eré e géle. Whoever does not want to end up in tatters should not play rough with a dog.

Ẹni tí ò kú, ló ni igbó òkè ọ̀hún. Only the person who is alive gets to own the farmland up yonder (eventually).

Ẹni tí kò rí nǹkan wò, ló ńwo ti ẹnìẹlẹ́ni. Only those with no issue to attend to are the ones who meddle in others' affairs.

Ẹni tí òjò ò pa, tí òrùn ò pa, ebi ni yóò paá. Whoever is not beaten by the rain nor the sun would get beaten by hunger.

Ẹni tí wọn ńpè l'ólè, kò tún gbọdọ̀ máa gbé ọmọ ẹran jó. Someone accused as a thief should not be dancing with a goat.

Ẹni tí yó mu ẹ̀kọ ọ̀fẹ́, yó bàá ọmọ ẹlẹ́kọ ṣeré. Whoever wants free pap would be friendly with the child of the pap seller.

Ẹni tí yóò dá aṣọ ẹtù, inú rẹ ni í gbé. Whoever intends to acquire an expensive item of clothing will keep the information to himself.

Ẹni tí yóò fa èyàn wọ ìgbẹ́, ẹ̀hìn rẹ̀ ni yóò fi yà á. Whoever wants to pull another into the forest would have to clear the path with his back.

Ẹni tí yóò fò, yóò bẹ̀rẹ̀. Whoever wants to jump must first crouch.

Ẹni tí yóò jẹ ẹran, ìgbẹ́ kì í jìnnà sí ọlọ́dẹ. Whoever desires to eat bush meat would not keep away from the hunter.

Ẹni tí yóò ra ẹsẹ̀, apá ati orí ahun, odindi ahun ló máa rà. Whoever requires all the paws and the head of a tortoise requires the whole tortoise.

Ẹni tí yóò sọ irọ́ di òtítọ́, yóò ja'gun ẹnu. Whoever will convert lies to truths will have to war with his mouth.

Ẹni tí yóò yá'ni lówó, tí kò ní sin'ni, ohùn ẹnu rẹ̀ làá ti mọ̀. If a lender won't later unduly stress one to repay a loan, it would be obvious from his utterances.

Ẹni tó bá béèrè ọ̀rọ̀, ló ńfẹ́ ìdí rẹ̀ ẹ́ gbọ́. Only the person, who asked a question, wants an answer.

Ẹni tó bá da omi sí iwájú, á tẹ ilẹ̀ tútù. Whoever waters the ground ahead of him would step on a wet ground.

Ẹni tó bá fẹ́ fò, gbọdọ̀ kọ́kọ́ sáré. Whoever wants to fly must first run.

Ẹni tó bá fẹ́ mọ ìṣẹ́ ẹsẹ̀, kó fi orí rẹ̀ dúró wò ná. Whoever questions what legs do should try standing with his head.

Ẹni tó bá fẹ́ r'ẹ́ríìn, kò yẹ kó máa pa èyàn l'ẹ́kún. Whoever wants to laugh should not make others weep.

Ẹni tó bá gbé ọmọ dá'ní, lọmọ ńbá ṣeré. Whoever carries a child is the one the child plays with.

Ẹni tó bá jalè lẹ́ẹ̀kan, tó bá d'aṣọ àrán b'orí, aṣọ olè ló dà bo'ra. Whoever steals once, even if clothed in velvet, a thief he remains.

Ẹni tó bá lóògùn awọmọyè, lè ní oògùn awọmọpa. Whoever has the medicine to save a child's life may also have the medicine that can kill the child, as well.

Ẹni tó bá máa jẹ́ Ọṣákálá, a jẹ́ Ọṣákálá, ẹni tó bá máa jẹ́ Òṣokolo, a jẹ́ Òṣokolo; Ọṣákálá-ṣokolo kò yẹ ọmọ èyan? Whoever wants to be known as Oṣakala or Oṣokolo should make his choice clear; Oṣakala-Ṣokolo befits no one.

Ẹni tó bá mọ ayé é jẹ, kì í gun igi àgbọn. Whoever loves life won't be climbing the coconut palm.

Ẹni tó bá mọ nǹkan pamọ́, kí ó rántí ẹni tó mọ̀ọ́ wá. Whoever knows how to hide things should bear in mind that there are those who know how to find them.

Ẹni tó bá ńbá oníkọ́ j'iyàn, óun gan an ló fẹ́ pa á. Whoever is arguing with someone who has a cough, simply wants to kill him.

Ẹni tó bá ní kí ọ̀rẹ́ òun má jọba olúwarẹ̀ ò ní lọrẹ́ ọba. Whoever obstructs his friend from becoming a king, won't have a king as a friend.

Ẹni tó bá ní òun yóò fọ ìlú mọ́, òun ni ọmọ aráyé á fi ṣe kànrìnkàn. Whoever insists that he would wash a town clean, would find himself being used as the sponge (to do the washing).

Ẹni tó bá ní tòún bàjẹ́, tó bá rí ti ẹlòmíràn á yin Ọlọrun lógo. Whoever feels his case is deplorable will thank God on learning of another's.

Ẹni tó bá ńjẹ l'àbẹ Jẹ́gẹ́dẹ́, ló ńpè é ní igi Àràbà. Only those profiting from Jẹ́gẹ́dẹ́, calls him (or liken him to) the mighty silk cotton tree.

Ẹni tó bá ńjẹ nínú ọlà ẹnìkan, nií pèé ní anímáṣaun. Those who share in another's wealth typically hails him as a generous person.

Ẹni tó bá ńwá ojúrere ọba, kì í lu òfin ọba. Whoever seeks the goodwill of the king should not violate his laws.

Ẹni tó bá rin ìrìn òkété, wọ́n á fi èkùrọ́ lọọ́. Whoever presents himself like a rat would be offered palm kernels.

Ẹni tó bá sọ òkò sí páánù, fẹ gbọ ohùn onílé ni. Whoever throws stone at the roof of a house wants to hear from the house-owner.

Ẹni tó bá sún mọ ọba la ńrán sí órí adé. Someone close to the king is the one sent to him.

Ẹni tó bá ta ọjà erùpẹ̀, yóò gba owó òkúta. Whoever sells worthless items would get paid with stones.

Ẹni tó bá tìtorí obìnrin kan kú, ẹgbẹgbẹrún obìnrin ló máa gba orí sàréè rẹ̀ kọjá. Whoever kills himself because of a woman, would find that thousands other women would walk across his grave.

Ẹni tó bá tìtorí ọkùnrin kan kú, ẹgbẹgbẹrún okùnrin ló máa gba orí sàréè rẹ̀ kọjá. Whoever kills herself because of a man, would find that thousands other men would walk across her grave.

Ẹni tó bá ti ọwọ́ bọ ihò akàn, yó jẹbi. Whoever dipped his hand into a crab's burrow would be blamed.

Ẹni tó bẹ̀rẹ̀ ṣí ìdí àgbà wò, ọmọ lẹ́hìn rẹ̀, á ṣe bẹẹ fún un. Whoever squats to see the nakedness of an elderly person should be assured that those coming after him would reciprocate his gesture.

Ẹni tó bẹ̀rẹ̀ tó ńdẹ ihò òkété, Ọlọrun Ọba ńdẹ ihò tirẹ̀ náà lẹ́hìn. Whoever squats to dig the burrow of the bush rat should know God is digging his hole behind him as well.

Ẹni tó bímọ ọràn, ló ńpọ̀n-ọ́n. Whoever gives birth to a troublesome child would be the one to back him.

Ẹni tó burú mọ̀, kò kàn fẹ́ ẹ́ pa iwà dà ni. A wicked fellow very well knows he is wicked; he simply does not want to change.

Ẹni tó burú mọ, ẹni tó máa sọ fún un ló ńwá, kò lè sọ ọ̀ dìjà. A wicked fellow very well knows he is wicked; he simply wants someone else to tell him, so he could make an issue of it.

Ẹni tó dìkúùkù tó ní ká gbà, tó bá ní nǹkan ńbẹ yóò ti fún ni. Whoever offered one a clenched fist would have given whatever was in the fist (if it was not empty).

Ẹni tó dúró ti'ni, ní ìgbà ìpọ́njú ni ọ̀rẹ́ òtítọ́. Whoever sticks with one through tough times is the true friend.

Ẹni tó fẹ́ wẹ̀ l'ódò, kì í fi ìhòhò rẹ̀ pamọ́ fún odò. Whoever wants to bathe in a river should not be hiding his nudity from the river.

Ẹni tó ńfi irun dúdú ṣeré, yóò fi irun funfun sin ẹni ẹlẹni. Whoever wastes his youthful years would serve others with grey hairs.

Ẹni tó fún'ni l'áhéré, kò fẹ́ kí ojò ó pa'ni ni. The person who gave one a farm-house really wants to shield one from rain.

Ẹni tó gbá ilẹ̀, ni ilẹ̀ ńmọ́ fún. Whoever sweeps the floor is the one who experiences a clean floor.

Ẹni tó gbé ẹrù sí orí, tó ní kò sí ẹni tí ó lè sọ ohun, ẹ sọ fún un pé taló gbé rù ú. Someone with a load on his head, who claims no one can help him to put the load down should be asked about how the load got to his head, in the first place.

Ẹni tó gbé ìlù rẹ̀ kọ́ apá, ayé ńbáa lù ú, áńbọ̀tórí ẹni tó gbé tirẹ̀ kọ́ igi tó ṣeré lọ. The person who hung his drum on his elbow, had the drum beaten by others, not to mention someone who hung his drum on a tree and played away.

Ẹni tó gbin ọgọ́ọ̀rún èèbù tó ní igba lòún gbìn, tó bá jẹ ọgọ́ọ̀rún iṣu tán, á sì jẹ ọgọ́ọ̀rún irọ́. A person who planted one hundred yam seedlings and claimed he planted two hundred, once he is through eating the one hundred true yams (harvested), he would have to eat the one hundred false ones as well.

Ẹni tó gbin òkúta sínú ebè, tó pè é ni èbù iṣu, ìgbà tí óníyán bá ńjẹ iyán, òun náà yóò máa jẹ ìka. Whoever plants stones and calls them yam seedlings would later bite his fingers when others are eating pounded yam.

Ẹni tó gbọ̀n, ló máa kọ ẹni tó gọ̀. The wise person is the one who would eventually make the stupid person wisen up, as well.

Ẹni tó gọ̀ ló ńra ìṣáná, ẹni to gbọ́n ló ńṣáa. The unwise person is the one who buys matches but the wise person strikes them.

Ẹni tó gọ sí ẹ̀hìn abẹ́rẹ́, ńtan ara rẹ̀ jẹ ni. Whoever is hiding behind a needle is merely fooling himself.

Ẹni tó jí lọ sí odò ni í pọn omi àìrú wálé. Only the person who goes to the river very early fetches the cleanest water home.

Ẹni tó jí kò tí ì yó, ẹni tó sùn, ní wọn kò jí òun jẹun. The person awake isn't satisfied, yet the one asleep complains no one woke him to eat.

Ẹní tó jìn sí kòtò, kọ́ ará ìyókù lọ́gbọ́n. Whoever falls into a ditch, serves as a lesson to others.

Ẹni tó kọ̀ tí kò sin Ọlọ́run, òrìṣà kékèèké tí kò to Ọlọ́run ló máa sìn. Whoever refuses to worship God would end up worshipping lesser gods.

Ẹni tó kóríìra ìwọ̀sí, kó yẹ ko máa rìn ní ipasẹ̀ àrínfín. Whoever detests embarrassments should not tread the path of dishonour.

Ẹni tó kú àti ẹni to sọnù, wọn á fojú kan'ra wọn ní ọjọ́ kan. Both the dead and the missing will come face to face, one day.

Ẹni tó láṣọ tí kò léèyàn, ìhòhò ló wà. Whoever has clothes but lack human relationships is naked.

Ẹni tó l'ẹ̀ẹ̀dẹ̀ ló l'ẹlẹ́dẹ̀ tó jẹ ọ̀gẹ̀dẹ̀; ẹran baba ló fi iṣu baba jẹ. The owner of the veranda also owns the pig that ate the banana in it; a 'goat' has merely eaten the 'yam' of its owner.

Ẹni tó lẹrú ló lẹrù, ẹni tó lẹrù ló lẹrú. Whoever owns the slave owns his load; whoever owns the load owns the slave carrying it.

Ẹni tó lórí, kò ní fìlà, ẹni tó ní fìlà, kò lórí, ẹni tó lórí tó ní fìlà, kò rí òde dée lọ. A man with a head had no cap, the one with a cap had no head, and the man with both head and cap, had no outing to go with the cap.

Ẹni tó lóyin ò dùn, ara rẹ̀ ni kò yá. Whoever claims that honey is not sweet, must be unwell.

Ẹni tó máa kúure, á hu ìwà rere. Whoever wants to die honourably would be of good character.

Ẹni tó mọ iyì obì, ló njá ewé bòó. The person, who values kolanuts, strives to cover them with leaves.

Ẹni ti kò mọ'ni, ni í fini í ṣ'eré. We are taken for granted by those who do not know us.

Ẹni tó mú iṣẹ́ jẹ, kò lè mú iṣẹ́ jẹ. Whoever got away with indolence cannot get away with poverty.

Ẹni tó ńbẹ Ọlọ́run, kì í bẹ èyàn. Whoever pleads with God, won't need to plead with any man.

Ẹni tó ńbẹ̀rù àti ṣubú, àti dìde á nira fún un. Whoever is scared of falling would find it difficult to rise.

Ẹni tó ni èkù ló l'ọbẹ; ẹni tó l'ọbẹ ló l'èkù. Whoever owns a knife's handle owns the knife, and whoever owns the knife owns its handle, too.

Ẹni tó ní kànga, kò lè mọ iyì òǹgbẹ. Whoever has a water well cannot appreciate what thirst is all about.

Ẹni tó ní orí rere tí kò níwà rere, ìwà rẹ̀ẹ̀ ló máa ba orí rẹ̀ jẹ́. Anyone with a good destiny but a bad character would soon lose his destiny to his bad character.

Ẹni tó ní òtùtú òwú kò tó ẹrù, ìwọnba tí yóò fi tanná ló mú. Whoever says cotton is not heavy, must have taken just enough for a lamp.

Ẹni tó ńjẹ nínú agọ ẹni, kì í fẹ́ kí a gbọ́n. Whoever is profiting from one's naivety (or ignorance) won't want one to wisen up.

Ẹni tó ńkó ẹyin jẹ, kò mọ̀ pé ìdí ńro adìyẹ. Those eating eggs seldom appreciate how tough egg-laying can be to the hen.

Ẹni tó ńkọrin tí kò dùn, ó ńfi etí ara rẹ̀ gbọ́. Whoever is singing a lousy song, very well knows the song is lousy, as well.

Ẹni tó ńlé nǹkan níwájú, ńfi àwọn nǹkan míràn sí ẹhìn. Whoever is pursuing something ahead is actually leaving some other things behind.

Ẹni tó ńretí àti sùn akán, á pẹ́ l'èbúté. Whoever wants to monitor when the crab goes to sleep would be long at the river bank.

Ẹni tó ńsáré tó ńwo ẹhìn, ó di dandan, kó fi ẹsẹ̀ kọ. Whoever keeps looking back while running, will certainly stumble.

Ẹni tó ńsú ìfé ya àgbàdo, fi ara jọ olè, ó fi ara jọ olóko. A person who whistles while harvesting corn, looks like a thief, and also looks like the farm owner.

Ẹni tó ńṣe rere, iwọ̀n ló ńrin àrìnfunra mọ. A good person seldom needs to live in suspicion of others.

Ẹni tó ńtẹ aṣọ rẹ̀ mọlẹ̀, ó di dandan kó fa ti ẹlòmíràn ya. Anyone who tramples on his clothes won't balk at tearing up those of others.

Ẹni tó ńwá ẹni tó jẹ bàbá rẹ̀ lówó, àfàìmọ̀, kó má pàdé ẹni tí bàbá rẹ̀ jẹ lówó. Whoever is seeking his father's debtors, may well find his father's creditors.

Ẹni tó pa kẹ́tẹ́kẹ́tẹ́, yó ru ẹrù rẹ̀. Whoever kills the donkey would have to carry his load.

Ẹni tó ṣe ohun tó dunni lóòní, le ṣe ohun tí yóò dùn mọni lọla. Whoever hurts one today, may still be a source of blessing tomorrow.

Ẹni tó sọ ajá rẹ̀ ni Àgbàkòsí, ìkokò ni yóò pa ajá náà jẹ. Whoever give his dog a name meaning "there are no elders or he does not recognise elders" would find the dog eaten up by hyena.

Ẹni tó sọrọ tó dá'ràn, ọrọ̀ náà ló máa sọ, tó máa fi yọ ara rẹ̀. Whoever got into trouble speaking would also get out of it speaking, as well.

Ẹni tó ṣu lè gbàgbé, ṣùgbọ́n ẹni tó fọwọ́ ko, kò lè gbàgbé. Whoever defecates may forget about it, but not the person who had to pack the faeces with his hands.

Ẹni tó sùn là á jí, a kì í jí apirọrọ; táa bá jí apirọrọ kò ní dáhùn. Only someone truly asleep is the person one wakes, not someone pretending to be asleep; the person pretending won't respond, if one wakes him.

Ẹni tó ta ọfà s'ókè tó yí odó bo orí, bí ọba ayé kò rí, t'ọrun ńwò ó. Whoever shot an arrow upward and covered himself with a mortar should note that even if no one saw him, God is watching him.

Ẹni tó ti yó, kò ní kí omi ọkà má tiiri, ẹni tí ebi ńpa ni kò ní gbà. Whoever is full has no qualm delaying the preparation of the meal, it's up to the one who is hungry to address it.

Ẹni tó tó gbani, làá ńsá tọ̀. One ought to seek refuge from someone who can save one.

Ẹni tó tìtorí òtútù, fi ọmọ'rí odó yá iná, kò gbọdọ̀ retí ati jẹ iyán. Whoever warms himself by burning the pestle shouldn't expect to eat pounded yam.

Ẹni tó wọ bàtà nìkan, ló mọ ibi tó ti ńta òun lẹ́sẹ̀. Only the wearer knows where the shoe pinches.

Ẹni tó yá egbẹ̀fà, tí kò san án bẹ́gi dínà egbèje. Whoever refuses to repay a small loan has blocked the path to future larger ones.

Ẹníkan kì í jẹ, kí ìlú fẹ̀. One person cannot eat and the town would expand.

Ẹnìkan ló ni akùkọ, ṣùgbọ́n gbogbo ayé ló ńkọ fún. A cock is owned by one person, but it crows for (the benefit of) all.

Ẹnití kò bá fẹ́ ṣe àṣedànù, kò lè ṣe àṣejèrè. Whoever is unwilling to suffer loss cannot experience gains.

Ẹnu àìmẹ́nu, été àìmétè, ni í kó ọ̀ràn bá ẹrẹ̀kẹ́. Looseness of the mouth and lips is what puts the cheeks into trouble.

Ẹnu ẹni la fi í kọ méè jẹ. It is with one's mouth that one rejects what one would not want to eat.

Ẹnu ẹyẹ ni í pẹyẹ; ẹnu òrofó ni í pa òrofó; òrofó bímọ mẹ́fà, ó ní ilé òun kún ṣọ̀sọ̀. The mouth of a bird is its undoing; the wild pidgeon hatches just six chicks and brags that it's nest is completely filled up.

Ẹnu kìnìún lowó wà. Money (wealth) resides right in the lion's mouth.

Ẹnu la ti nmọ iyọ ọbẹ. The saltiness of soup is known when it gets to the mouth.

Ẹnu òfifo kì í dún wọ̀mù wọ̀mù, à fi ẹnu tí akokoro bá mú. An empty mouth cannot be making a food-chewing sound, except the mouth with toothache.

Ẹnu òpùrọ́ kì í ṣ'ẹ̀jẹ̀. The mouth of a liar does not bleed (as to be easily identifiable).

Ẹnu tí a bá fi pe Adégún, kò yẹ kí a tún fi pe Adéògún. The same mouth used to declare 'Adegun' (validating Adegun or asserting the crown is in order) shouldn't be declaring 'Adeogun' (invalidating Adeogun or asserting the crown is crooked.).

Ẹnu tó bá ti jẹ dòdò, kò ní lè sọ òdodo. The mouth that has eaten fried plantain (or has been compromised) won't be able to speak the truth.

Ẹran tí a ò bá ní í jẹ, a kì í fi eyín dan an wò. One ought not to be taking nips at a piece of meat that one has no desire to eat.

Ẹran tí ahun bá pa inú igbó níí gbé, ìdin níí fi jẹ. The games of a miserly hunter remain in the forest (where it is hidden from others) and it eventually rots and gets eaten by maggots.

Ẹran tó mú erèé jẹ, ló mú kí gbẹgìrì ṣàn. The goat that ate the beans is the one that made the bean soup watery.

Ẹranko tó bá ṣiyèméjì, lọdẹ ńpa. Only an indecisive animal gets killed by the hunter.

Ẹranko tó gbọ́n bí ajá kò sí, ajá mọ ọmọ tirẹ̀ ńfún lọ́mú, ó mọ ti òdù ọyà ńkì mọ́lẹ̀. No animal is as crafty as the dog; it knows how to breastfeed its offsprings and pounce on those of the grass-cutters.

Ẹranko tó ya wèrè bí ẹṣin ò wọ́pọ̀; ẹṣin fi ọmọ rẹ̀ sílẹ̀ ó ńgbé ọmọ ọlọmọ kiri. No other animal is as stupid as the horse; it left its offspring unattended and carried those of others around.

Ẹrẹkẹ́ lẹran dùn mọ, kò dénú. The sweetness of meat is felt only within the cheeks; it doesn't get to the stomach.

Ẹrù ìyẹ́ kì í pa adìyẹ. A hen is never burdened by the weight of its feathers.

Ẹrú kan, ni í mú'ni bú igba ẹrú. It's one slave that would cause two hundred others to be reproved.

Ẹrù kọ́ ló ńba ọpẹ tó fi ní ká dá òun sí, nítorí ẹmu ọla ni. The palm tree didn't ask to be spared out of fear, but to be able to offer palm wine in future.

Ẹrù ò ba odò; ẹni máa rọ́ lu odó lominú ńkọ. The river is unperturbed; the person who would dive into the river is the one who needs to be wary.

Ẹrú tó bá gbọ́ ti olówó rẹ̀, á fi ẹran jẹun. A slave that is obedient to his master would get to eat his meals with meat.

Ẹrú tó kú sí oko, fi ran olówó rẹ̀ lẹrù. A slave who died on the farm assisted his owner (to easily dispose the corpse).

Ẹsẹ̀ gìrìgìrì ní ilé Ańjọfẹ́, Ańjọfẹ́ kú tán a ò rí ẹnìkan. The crowd, teems into the home of Anjofe (name of a generous person) while he is alive, but ceased upon his death.

Ẹsẹ̀ tó ndun ìkokò, ló nfi ebi pa á. The wolf's bad leg is what exposed it to starvation.

Ẹṣin iwájú, ni ti ẹ̀hìn ńwò sáré. The lead of the horse in front is what those behind follow.

Ẹṣin kì í kọ eré àsárelé. Horses do not decline the return journey back home.

Ẹṣin obìnrin ṣòroó gùn, ó lè gbéni ṣubù. A woman's horse is difficult to ride, it may throw one.

Ẹṣin ọta ẹni, kì í ga. The horse of one's enemy is never (seen as) tall.

Ẹṣin tó ta bàbá náà, ló fi ìrù lu ọmọ. The horse that kicked the father is the one that swiped the son with its tail.

Ẹ̀sọ̀ ẹsọ̀ lejò fi ńgun igi àgbọn. It's with patience that snakes climb coconut palms.

Ẹ̀tàn kì í ṣ'ọgbọ́n. Deceit is not wisdom.

Ẹ̀wà kò l'óun ò kún kòkò, àwọn tó jókò tìí, ni kò jẹ́ kó tó gbogbo ilé é jẹ. Cooked beans do not object to filling up the pot, but those sitting by it are the ones who make it insufficient for the household.

Ẹyẹ igbó, kì í mọ fífò ọ̀dàn. Forest birds seldom know how to fly on grasslands.

Ẹyẹ kì í dédé bà l'òrùlé, ọrọ l'ẹyẹ ngbọ. Birds do not ordinarily perch on rooftops, they are eavesdropping.

Ẹyẹ kì í fò, kó fi orí sọ igi. Birds do not collide with trees, while flying.

Ẹyẹ kì í pẹ́, lórí igi tí ò léso. Birds do not perch for long on a tree with no fruits.

Ẹyẹ kì í sọ fún ẹyẹ, pé òkò ńbọ. A bird does not tell another that a missile is coming (towards them).

Ẹyẹ kò lè fi apá kan fò. Birds cannot fly with one wing.

Ẹyẹ kò ní ìṣasùn, ṣùgbọ́n ẹyẹ ńjẹ, ẹyẹ ńmu. Birds have no cooking pots, yet they eat and drink.

Ẹyẹ tó bà lórí igi tí kò ké, ẹ̀yìn ọ̀rọ̀ ló ńrò. A bird that perched on a tree and made no sound was merely concerned about the consequence.

Ẹyẹ tó fi ara rẹ̀ wé igún, ẹ̀hìn ààrò ni í sùn. A bird that compares itself to vultures would end up at the fireplace.

Ẹyẹlé fi ẹ̀sín rẹ̀ pamọ́, ó ńṣe ẹ́lẹ̀yá adìyẹ. The pidgeon covered up its shame and derides the hen.

Ẹyẹlé kò ní bá onílé jẹ, kó bá onílé mu, kó wá fò lọ lọ́jọ́ ìpọ́njú. The pidgeon won't dine and wine with one, but fly away during trying times.

Ẹ̀hìn àmù, kọ́ ni ilé ìgbín. The back of the waterpot is no home for snails.

Ẹ̀hìn ni ọmọ adìyẹ ńtọ ìyá rẹ̀. The chicks follow behind their mother hen.

Ẹyin kọ́ ni yóò pìtàn fún adìyẹ. It's not the egg that will instruct the (mother) hen.

Ẹyin ni í di àkùkọ. Eggs eventually become cocks.

Ẹ̀yìn tí yóò di epo, yóò tọ́ iná wò. A palm nut that wants to become palm oil would have a taste of fire.

Ẹyin tó bá fi orí sọ àpáta, fífọ́ ni yóò fọ́. Any egg that collides with a mountain will end up shattered.

CHAPTER 6

F

Fáàrí kíni ìwọ̀fà ńṣe, tó máa ní iyì lójú ẹni tó yá a lówó? What swagger can a pawn-servant have to deserve honour from his creditor?

Fáàrí ọ̀bọ, kò kọ́ja inú igbó. All the arrogance of the monkey is not beyond the forest.

Fálànà, gbọ́ tì ẹ; ti ara ẹni là ńgbọ́. Falana (name of a hypothetical fellow), attend to your affairs; one ought to attend to one's issues.

Fi ìjà fún Ọlọ́run jà, fi ọwọ́ l'ẹ́rán. Let go and let God fight for you.

Fìlà tí kò sunwọ̀n, inú àpò ni í wà. A less than likeable cap would remain in the pocket.

Fìrìgbọ̀n kò ṣí'lẹ̀kùn, á fi ẹni tó bá ní kọ́kọ́rọ́ rẹ̀ l'ọ́wọ́. Physical size or strength won't open a door; but the right key.

Fòrò fòrò imú ìyàwó, ó sàn ju iyàrá òfifo lọ. Even if a wife has a running and rheumy nose, she is still better than an empty house.

Fúnrara abẹ́rẹ́ ló ńfi ẹnu ara rẹ̀ dá aṣọ lu. The needle by itself pierces pieces of cloth with its pointed end.

Fúnrara amùkòkò ló ńfi ẹnu ara rẹ̀ pe ikú. The smoker himself, with his mouth beckons on death.

CHAPTER 7

G

Gàmbàrí jẹ díẹ̀ l'óbì, kí eyín tó pọ́n. Gambari ate not a few
kolanuts before his teeth turned brown.

Gèlè ò dùn bí i ká mọ́ọ̀ wé, ká mọ́ọ̀ wé, kò dà bí i kó yẹni. The
beauty of a woman's head-tie lies not just in knowing how to tie
it, but in how well it fits when tied.

Gẹ̀gẹ̀ ò ṣeé da aṣọ bò, iké ò ṣeé fi pamọ. Goiter cannot be covered
up with clothing and hump cannot be concealed.

CHAPTER 8

GB

Gbà fún Rájí ní ilé, òun ni gbà fún Gbàdà l'óko. To concede to Raji at home fosters the concessions to Gbada in the farm.

Gbàdàmọ́sí tó lóun yóò lu ìlù àkóbá, Aíbùkí tí yóò jo kì í ṣe ọbọ. Gbadamosi (name of a hypothetical person), who is determined to beat a drum with an implicating message should note that Aibuki (name of another hypothetical person) who is supposed to dance to it is not a fool.

Gbàdàmọ́sí tó ńlù ìlù ìbàjẹ́, Súlè tí yóò jo kì í ṣe ọbọ. Gbadamosi, who is beating a drum in a wicked manner should know that Sule who would dance to it is not a monkey (that is, he is not an idiot).

Gbádébọ̀ tó lóun mọ ìlùkúlù ńlù, kó rántí pé Gbàdàmọ́sí tí kì í jó ijókíjó wà. Gbadebo, who claims to know how to beat a drum in a questionable way should remember that a fellow called Gbadamosi who does not dance to questionable tunes, exist.

Gbájúmọ̀ kì í wá nñkan tì. A famous person does not seek and not find.

Gbàmí gbàmí, kò yẹ àgbà, ẹranko ńlé mi í bọ, kò yẹ ọdẹ. A cry for help does not befit an elder while the shouts to be saved from animal attacks do not befit a hunter.

Gbogbo ajá tó bá ńjẹ imí eku, wọn kì í yó. All dogs that feed on the excrements of rats don't get filled.

Gbogbo aláńgbá ló ńfi àyà dẹ́lẹ̀, a kò mọ èyí tí inú ńrun. Though all lizards lie prostrate; it's difficult to know the one with stomachache.

Gbogbo àlùwàlá ológbò, kò kọjá à ti kẹ́ran jẹ. All the ablutions of the cat were mere ploys to steal some meat.

Gbogbo ara lasẹ́ fi ńjo omi. Sieves leak water through all of their holes.

Gbogbo aṣọ kọ́ là ńsá lóòrùn. It is not all clothes that one dries in the sun.

Gbogbo àwọn tó ńsun, kọ́ ló ńhanrun. It is not all those who are sleeping, who snores.

Gbogbo èèyàn oníwà tùtù, kọ́ lonínúure. It is not everyone with quiet disposition who is kind-natured.

Gbogbo ẹran tó bá dé inú ọbẹ̀, ló ńṣakọ. All meat parts, once in a pot of soup are haughty.

Gbogbo ìgbẹ́ kọ́ lọdẹ ti ńpa ọ̀yà; gbogbo ogun kọ́ lakíkanjú ti ńyege. It's not from all forests that a hunter kills a grasscutter; it's not all battles that a brave warrior wins.

Gbogbo ìka ló fi ojúde ṣọ̀kan, àtàmpàkò nìkan ló ya tirẹ̀ sọ́tọ̀. All the fingers face a direction, but the thumb alone begs to differ.

Gbogbo nǹkan kọ́ ni sùúrù máa ńtúnṣe; gbogbo nǹkan kọ́ sì ni agídí máa ńbàjẹ́. It is not everything that patience resolves; it is not everything that stubbornness destroys.

Gbogbo nǹkan ló ní mímọ̀n ńṣe; ọgbọ́n tí ológbò fi ńṣe ọdẹ dára ju ti ajá lọ, ṣùgbọ́n ajá ló ńmú ẹran wá'lé jù. Everything has its know-how; the cat is better at hunting than the dog, but it's the dog that comes home with its games.

Gbogbo ọgbọ́n tí ìkarahun bá ní láyé, ẹ̀hìn ìgbín ló máa tọ̀. No matter how wise the shell is, it must need trail its snail.

Gbogbo ohun tó ńdán kọ́ ni wúrà. Not all that glitters is gold.

Gbogbo ọmọ ló ńjẹ́ jagun, lójú ìyá rẹ̀. All persons are top performers to their respective mothers.

Gbogbo ọ̀rọ̀ ló lésì, ṣùgbọ́n kì í ṣe gbogbo ọ̀rọ̀ làá fèsì sí. There is always an appropriate response to every statement, but it's not every statement that one responds to.

Gbólóhun kan lè ba ọ̀rọ̀ jẹ́, gbólóhùn kan náà lè tún ọ̀rọ̀ ṣe. One sentence can mess up a discussion, and one sentence can make it better.

Gbólóhùn ọ̀rọ̀ kan, a máa yí ìpinnu ogún ọdún padà. A single statement can very well turn-around a twenty years old decision.

Gbé ọmọ fún ọyàn, gbé ọyàn fún ọmọ, a ni kí ọmọ ṣáà ti mu ọyàn. Give the child to the breast or give the breast to the child, as long as the child gets to suck the breast milk.

Gbòngbò kan ṣoṣo kò gbọdọ̀ ré ọjọgbọ́n lẹ́ẹpa lẹ́ẹmejì. The same tree stump shouldn't trip a smart person twice.

CHAPTER 9

H

Hùnrùnhunrun ni yóò pọ̀, ẹlẹ́dẹ̀ wa á dé Ọ̀yọ́. Its grunting may be endless, but our pig would get to Oyo town, eventually.

CHAPTER 10

I

Ìbàjẹ́ ènìyàn, kò lè dá iṣẹ́ Olúwa dúró. The wickedness of man cannot stop the work (or plan) of God.

Ìbàjẹ́ ọjọ́ kan, kì í tán lógún ọdún. An indiscretion of one day does not get forgotten in twenty years.

Ìbéèrè ni kì í jẹ kí èyàn ó ṣì'nà; ẹni tí kò béèrè ni í pọn ara rẹ̀ lójú. To ask questions ensures a man does not miss his way; whoever makes no inquiry exposes himself to needless distress.

Ìbẹ̀rẹ̀ kọ́ l'oníṣẹ́, à fi ẹni tó bá fi orí tì í d'ópin. To start anything is not as crucial as seeing it through to completion.

Ibẹ̀rẹ̀ ogun la ńmọ̀, ẹni kan kì í mọ ìparí rẹ̀. The start of a war or conflict is what anyone knows; no one can be certain of how it would end.

Ìbẹ̀rù ejò, kì í jẹ́ ká tẹ ọmọ ejò mọ́lẹ̀. The general fear of snakes won't let anyone dare trample on even a baby snake.

Ìbí a bíni, là ńhùwà. One's background or pedigree determines how one behaves.

Ibi à gbé là ńṣe; bí a bá dé ìlú adẹ́tẹ̀, a di ìkúùkù. We adopt the way of life of where we live; in the land of lepers, we clench fists.

Ibi abẹ́rẹ́ bá fi ojú ọ̀nà sí, òhun lokùn ńtọ̀. Wherever the needle identifies as the way is where the thread follows.

Ibi àgbà bá dúró sí, lọmọdé ńbá a. Wherever an elder gets to is where a youngster grows up to meet him, eventually.

Ibi aṣẹ́ bí inú dé, tí ìkòkò ògì bá ṣe bẹ́ẹ̀ bínú, ẹlẹ́kọ kò lè rí i dá. If the pot gets as angry as the sieve, the pap seller won't be able to make any sale.

Ibi àwàdà, la ti í mọ òótọ́ ọ̀rọ̀. It's from jokes made that truths are known.

Ibi ẹ kú alẹ́, ni ẹ kú àárọ̀ ṣì ńbọ̀. 'Good morning' is eventually going to the same place as 'Good evening'.

Ibi gbogbo là ńdá iná alẹ́, ọbẹ̀ ló kàn dùn ju ara wọn lọ. Supper is prepared in every home, some stews are simply tastier than others.

Ibi gbogbo ni í rọ àdàbà lọ́rùn. Everywhere suits the dove just fine.

Ibi gbogbo ni ilẹ̀ ọ̀wọ̀. Courteous and civil behaviour applies everwhere.

Ìbí ò ju ìbí, bí a ti bí ẹrú la bí ọmọ. One birth is not superior to another; as a slave is born so is a free-born.

Ibi pẹlẹbẹ, la ti ńmú ọ̀ọ̀lẹ̀ jẹ. Steamed bean cakes are first eaten from the flattened edges.

Ibi tí a fẹ́ gbin obì sí, tí obì wá lalẹ̀ hù si, kí a máa tún ìdí rẹ̀ ṣe ló kù. If kolanut sprouts up, where it is planned to be planted, one simply tends to it.

Ibi tí erin ti ńsun ẹkún àìléyín, ni ìmàdò ti ńfi tirẹ̀ gún ilẹ̀. While the elephant weeps for lacking teeth, the wild boar pokes the ground with its own.

Ibi tí a bá fi iyọ̀ sí, ló má a ńṣe omi sí. Wherever salt is kept is where it gets moistened (hygroscopically).

Ibi tí a bá ti bẹ́ igi, ló ti ńrúwé. Wherever a tree is slashed is where it sprouts leaves.

Ibi tí à ńlọ là ńwò, a kì í wo ibi tí a ti ṣubú. We should focus on where we are going, not where we had fallen.

Ibi tí a ńlọ ò jìnnà; ibi tí a ńyà sí ló pọ̀. The destination is not far; it's the stop-overs that are many.

Ibi tí a ti ńwo olókùnrùn, la ti í wo ara ẹni. One attends to oneself as one attends to a sick person.

Ibi tí akátá bá ba sí, adìyẹ ò gbọdọ̀ dé ibẹ̀. Wherever a fox lies is out of bound to hens.

Ibi tí alágbára ti ńṣe wàhálà, ni arọ ti ńrí tirẹ̀ ṣe. While the strong man hustles rather unsuccessfully, the lame quite easily prospers.

Ibi tí ìfẹ́ ẹni bá so sí, ibẹ̀ náà la ńdìrọ̀ mọ́. Wherever one's love bears fruits is where one resigns oneself.

Ibi tí lékeléke ti ńfọṣọ, ẹyẹ apàro kan ò lè mọ ibẹ̀. Where the egret (with its sparkling white feathers) washes its 'clothes' is not known to any partridge.

Ibi tí ojú bá rí dé, ni ẹnu ńròhìn mọ. The mouth can only report as far as the eyes can see.

Ibi tí ojú bá rí mọ, òun lòpin ìrìn àjò. However far one sees, marks the end of a journey.

Ibi ti ọkùnrin kò sí lobìnrin ti ńjogún àdá. Where there are no men is, where a woman inherits a cutlass.

Ibi tí ọlọmọ bá ti ńbá ọmọ rẹ wí, ni àwọn tí kò ní òbí ti máa ńkọ ọgbọn. Wherever a parent reprimands his child is where those without parents take correction.

Ibi tí onílé bá fi ọ̀nà sí, ibẹ̀ náàà l'àlejò ńtọ̀. Wherever the host points out as the way is where the guest treads.

Ibi tí onílé bá fi ọ̀rọ̀ sí, l'àlejò máa gbà. However a host resolves an issue is how a guest accepts.

Ibi tó bá gba ọmọ ológìnní, yẹ kó lè gba ọmọ eku. Wherever can contain a kitten should be able to contain a mouse

Ibi tó tọ́, lèyàn ńtọ̀ sí. One ought to urinate in a proper place.

Ibikíbi tí oyin bá wà, lèèrà ńwáa rí. Wherever honey is, ants will search it out.

Ìbínú kì í pẹ́ sọ ilé olówó rẹ di ahoro. Anger hardly takes long to make the home of its bearer desolate.

Ìbínú kò da nǹkan, sùúrù ni baba ìwà; àgbà tó ní sùúrù, ohun gbogbo ló ní. Anger yields nothing, but patience is the epitome of good character; a patient elder already has everything.

Ìbínú kò mọ̀ pé olówo òun, kò lẹ́sẹ̀ ńlẹ̀. Anger does not recognise that its bearer is not on a firm footing.

Ìbínú l'ọba fi ńyọ idà, ìtìjù ló fi ńbẹ́ ẹ. Kings draw swords in annoyance, but are compelled to use them out of shame.

Ìborùn tí kò bá dára, apá abíyá ló ńgbé. A shawl that is less than attractive does get tucked under the armpit.

Ìbùkún Olúwa ni í mú ni í là, láì ṣe làálàá. Only God's blessing makes one rich without hassles.

Idà kì í lọ, kí idà má bọ̀. A sword never goes and not returns.

Idà ni àkókò; tó bá ti tẹ'ni l'ọ́wọ́ kí èyàn tètè gé ohun tó fẹ́ gé kó tó kúrò l'ọ́wọ́ ẹni. Time is a sword; once you grab it, cut whatever you want with it before it's out of your hand.

Idà tó bá ba akọ jẹ́, yóò sun ìta. Any sword that destroyed its sheath would be without a covering.

Ìdẹra kò kan àgbà. Comfort has nothing to do with age.

Ìdí iṣẹ́ eni, la ti ńmú ni l'ọ́lẹ. A lazy person can be identified from the manner he (or she) performs his work.

Ìdọbálẹ̀ ejò, kì í ṣe ilẹ̀ ní nǹkànkan. The prostrating position of the snake does nothing to the ground.

Ìdọbálẹ̀ kì í ṣè iwà; ohun tí olúkálùkù máa jẹ ló ńwá. Prostrating does not connote good manners; people are simply after what they can get.

Ìdùnnú kọ́ l'ẹṣin fi ńjó gángan. A horse is not necessarily happy dancing to a talking drum.

Ìdúró kò sí, ìbẹ̀rẹ̀ kò sí, fún ẹni tó gbé odó mì. Neither the standing nor the squatting position is possible for anyone who swallowed a mortar.

Ìfà ńlá, máa ńya ni lápò ni. An inordinate gain always makes a hole in one's pocket.

Ìfẹ́ àfẹ́jù, l'ewúrẹ́ fi ńbá, ọkọ rẹ̀ hu irùngbọ̀n. Inordinate love is why the she-goat joins the he-goat to grow beard.

Ìfẹ́ fọ́jú; obìnrin tí a bá fẹ́ràn kì í ní àlébù. Love is blind; a woman one really loves seldom has faults.

Ìfẹ́ la ní sí ọmọ tí a ṣe ní kó máà jóná mọ́ ilé; bó bá jóná mọ́ ilé, kò sí ohun tí àá fi eérú rẹ̀ ṣe. We advise a youngster not to get burnt with the house, out of love; if he gets burnt with the house, his ashes are of no use to us.

Ìfẹ́ tí pẹ́pẹ́yẹ ní sí àwọn ọmọ rẹ̀, ló jẹ́ kó kó wọn sí iwájú; ìfẹ́ àìdénú tí adìyẹ ní sí àwọn tirẹ̀, ló fi ńkó wọn sí ẹhìn, tí àwòdì fi ńgbé wọn lọ. The true love of ducks to its ducklings is why it places them ahead; whereas the shallow love of the hen to it's chicks is why it walks ahead of them enabling a hawk to pick them up.

Ìfi ohun wé ohun, ìfi ọ̀ràn wé ọ̀ràn, kì í jẹ́ kí ọ̀ràn ó tán. Inordinate comparison of issues with issues is what makes issues fester.

Ìfura loògùn àgbà. Perceptivity is the hallmark of elders.

Ìgbà díẹ̀ lọbẹ tuntun fi ńdi àlòkù. It takes only a little time for a new knife to become a used one.

Igba ẹranko kì í dènà de ẹkùn. Two hundred other animals cannot waylay the leopard.

Igba eṣinṣin kì í dè'nà de ọwọ̀. Two hundred flies cannot waylay the broom.

Ìgbà ìpọ́njú là ńmọ ọ̀rẹ́; ọjọ́ tó bá burú là ńmọ ẹni tó fẹ́'ni. It is during tough times that true friends are known; it is when things are tough that those who really love one can be identified.

Ìgbà kan ńlọ, ìgbà kan ńbọ̀, ẹnìkan kò lè lo ilé ayé gbó. One season goes another comes, no one can dominate forever.

Ìgbà méèló ni màrìwò fi ńdi ọpẹ? How long would it take a (sprouting) palm frond to become a palm tree?

Igbá ọmọdé sọnù, ó ní òhun fi àmì si; ó ṣáà di ìgbà tó bá rí igbá, kó tó rí àmì. A youngster claimed he put a mark on the calabash he lost; he would at least have to find the calabash before he could see the mark on it.

Igbá pẹ̀lẹ́ kì í fọ́, àwo pẹ̀lẹ́ kì í ya. A calabash gently handled hardly breaks, and a (breakable) plate gently handled hardly shatters.

Ìgbà tí a bá ní kí Ègùn má jà, ni í yọ ọ̀bẹ. It is when a Badagry indigene is urged not to fight that he draws his knife.

Ìgbà tí ijó bá yẹ'ni lá ńkúrò lójú agbo. It is when the ovation is loudest that one ought to quit the dance floor.

Ìgbà tí ogun bá le, ni wọ́n máa ńránti ọmọ líle. When the war is ferocious is when a stubborn fellow is remembered.

Ìgbà tó bá ńdùn fún ìrèké, layé ńgé e. When things are sweet for sugarcane is when it is harvested.

Ìgbà'yí làárọ̀, tí arúgbó wá ńsunkún ọmọ. A woman should not be weeping at her old age for not having a child.

Igbé a gbé ìyàwó, kò ṣeé gbé owó. Money cannot be handled in the same manner one handles a wife.

Ìgbẹ́ kò léegun, ṣùgbọ́n tí ọba bá tẹ̀ẹ́, á tiro. Faeces have no bones, but even kings will tip-toe, if they step on it.

Ìgbéraga ni í ṣiwájú ìparun. Pride goes before destruction.

Ìgbéraga ni ìgbénìṣánlẹ̀. Pride leads to a fall.

Ìgbẹ̀hìn ni í yé olókùúàdá. At the end (of the day) a person with a blunt cutlass would understand (the reasons for his low output).

Ìgbín kì í tẹnu mọ́ igi, kó má gùn ún. A snail does not embark on climbing a tree and fail to climb it.

Ìgbín kò gbọdọ̀ máa pe ìjàpá lólòṣì. The snail ought not to be deriding the tortoise as poor.

Ìgbín tó fi ọdún kan rin ìrìn àjò, ní alángbá ò lè rìn. The snail that took a year for its trip complains that the lizard is slow.

Ìgbín tó ńjẹ ewé oko, tó kọ̀ tí kò ṣíwọ́, àfàìmọ̀, kó má jẹ́ ewé ọ̀hún ni wọn yóò fi pọ́ ọn wálé. A snail that's eating a leaf in the forest unconscionably, may well find itself being caught and packed home in the same leaf.

Ìgbín tó bá fi ẹnu kan iyọ̀, kò sí òògùn fún un, ní ilé adáhunṣe. A snail that tastes salt no longer has a recovery antidote with the doctor.

Ìgbìyànjú la fi í mọ akínkanjú. Willingness to make the needed effort is how an exceptional (or a brave) person is known.

Ìgbọ̀nsẹ̀ kékeré létí àwo gbẹ̀gìrì, bó bá kúrò lójú, kò lè tán lọ́kàn. A drop of faeces on the edge of a plate of bean soup, even if overlooked by the eyes, won't be ignored by the mind.

Ìgbooro ló dùn bí eléèyí, ló ńmú ara oko ṣìṣe. To be jolted into realising how nice the town makes a farm dweller misbehaves.

Igi etí odò, ló ńmọ èdè awọn ẹja. The trees by the river bank are the ones that understands the language of fishes.

Igi gogoro máà gún mi lójú, òkèrè la tií wòó. If a protruding stick won't get poked into one's eye, one needs to take caution while afar off.

Igi kan kì í dá igbó ṣe. A tree does not make a forest.

Igi kan kì í le títí, kí akòko máà lè sọọ́. A tree cannot be so hard that the woodpecker won't be able to peck it.

Igi ò lè gbé abẹ́ igi, kó rúwé. A tree cannot be shielded by another tree and consistently sprout leaves.

Igí sún mọ́ igi, ni ọ̀bọ ṣe ńyọ̀. The monkey is pleased when trees are in close proximity.

Igi tí a fi ẹ̀hìn tì, tí kò lè gbani dúró, bó wó lu'ni, kò le è pani. A tree that cannot support one when leaned on cannot kill one if it collapses on one.

Igi tẹ́ẹ́rẹ́ yẹ igbó, òṣùmàrè yẹ ọrun. Tall trees beautify the forest as the rainbow beautifies the sky.

Igi tí a bá torí rẹ̀ gbodì nínú igbó, yẹ kó lè ṣe iná fún'ni yá. A tree on whose behalf one was in contention in the forest, ought to at least provide one with warmth at the fireplace.

Igi tí Ọlọ́run bá gbìn, kò sí ẹni tó lè fàá tu. No man can uproot a tree planted by God.

Igi tó bá ńso èso owó fún'ni, ńṣe là ńtún abẹ́ rẹ̀ ṣe. One should duly attend to the tree that produces fruits of money to one.

Igi tó ti ojú ẹni hù, à ti gé e rẹ̀, kò ná'ni ní nǹkànkan. To cut off a tree that grew with one's knowledge costs one, nothing.

Igi tó tọ́, kì í pẹ́ n'ígbó. Trees of value do not get left in the forest for long.

Igúnnugún kò torí abẹ párí. The vulture did not go bald for fear of the blade.

Ìhòhò làgbàdo ńwọ ilẹ̀, tó bá jáde tán ló ńdi onígba aṣọ. The maize seed does go into the soil bare, but ends up with multiple coverings after sprouting.

Ìhòhò l'àkàrà wà, tí mọ́ín mọ́ín ti ńṣoge. The fried bean cake was still naked, when the steamed bean cake had been trendy.

Ìjà kì í bí ọmọ rírọ̀. Strife never gives birth to a gentle offspring.

Ìjà ló dé, tí orin di òwe. The erupting contention is what made the songs sound proverbial.

Ìjà ni í gbẹ̀hìn àlè, tí kò bá tí ì sí ọmọ láàárín wọn. A casual love relationship would ultimately lead to separation between the two people involved, if they have no children.

Ìjà ò dọlà, orúkọ ló fi ńsọni. Strife does not enrich, rather it makes one notorious.

Ìjàkùmọ̀ kì í rìn'de ọsán, ẹni a bíire kì í rìn'de òru. The wild cat doesn't move about in the day; a well-bred person shouldn't night-crawl.

Ìjì kì í jà, kó da omi inú àgbọn nù. A storm cannot be so fierce as to waste the liquid in a coconut fruit.

Ìjì layé tó bá fi sí iwájú, á tún fi sí ẹ̀hìn. Life is a storm, if it blows forward, it will blow backward, as well.

Ìjímèrè ṣọ́ igi gùn, kí o má baà gun igi aládi. The monkey should choose the trees to climb with caution, so as not to end up climbing a tree infested with ants.

Ìjímèrè tó lóun ò léré sá, ọwọ́ ajá ni ò tóo. A monkey that claimed it's not fleeing (for its life) is simply yet to be nabbed by a dog.

Ijó ńbẹ nínú arọ, ẹsẹ̀ ni kò sí. The lame has dance within him, it's the legs that are absent.

Ìjọ oníìbínú kan, kì í kún. A gathering convened by an intolerant person, seldom gets filled up.

Ijó tí kì í ṣe ijó ẹni, ìwọ̀n là ńkó gbẹdu rẹ̀ lójúde ọba. One should be modest in a dance one is not adept at, in the presence of the king.

Ìkà èyàn ì bá jẹ́ iná, ayé ì bá tí ku nǹkànkan. Were the wicked to be fire, the world would have been desolated.

Ìka ò dọ́gba. Fingers are not equal.

Ìkà ò kọ kí ohun tó dùn ó bàjẹ́. The wicked has no qualms wrecking a good thing.

Ìkà ò ní ká ilẹ̀ ní'lẹ̀, ẹní ara rẹ̀ ni yóò ká. The wicked cannot fold up the ground; he can only fold up his mat.

Ìka tó bá ńfún'ni lóúnjẹ, a kì í gée jẹ. We ought not to bite the fingers that feed us.

Ìka tó bá tọ́ sí imú, la fi ńro imu. The finger appropriate for the nose is what ought to be used to pick it.

Ikán kì í jẹ ilé lójú onílé. Termites do not eat (or destroy) a house in the presence of its owner.

Ikán kò lè rí ṣe lára ìgànná. Termites can do nothing to a concrete fence.

Ìkánjú òun sùúrù ọgbọọgba niwọn, nítorí asúrútete kò ní kọjá ilé, arìngbẹrẹ gan kò ní sùn s'ọnà. Patience and impatience are equivalents (ultimately); those in haste won't go pass their homes and those going calmly won't fail to get home.

Ìkòkò ńse iṣu, ẹnìkan kò gbọ́; ṣùgbọn iṣú dé inú odó tán, ariwó ta. When the pot was cooking yams, no one knew, but when the yams got to the mortar, noise broke out.

Ìkòkò tó fọ́, kì í ṣe ohun àmúsebẹ. A broken pot is no longer what may be used to cook soup.

Ìkòkò tó máa báni kalẹ, kò ní ti àárọ̀ kán létí. An earthen pot that would serve one for a long time, won't have its edge broken early.

Ìkòkò tó máa jẹ ata, ìdí rẹ á gbóná. The base of the pot that would consume pepper would be hot.

Ikú ẹja ni í mú ẹja mọ ìlú. The death of the fish is what takes it to the city.

Ikú fẹ́ pa alápatà ó ńkígbe; ọmọ ẹranko tó ti dá lóró ńkọ́? Death stalks the butcher and he screams; what about the animals he's butchered?

Ikú ló mú ẹja kákò. Death is what made the fish bent.

Ikú tí yóò bá pani, tó bá ṣí ni ní fìlà, ọpẹ́ là ńdá. If what would have killed one merely removed one's cap, one should be thankful.

Ikú tó ńpa ojúgbà ẹni, òwe ló ńpa fún'ni. Whatever death befalls one's peers is sending a proverbial warning to one.

Ikún ni ohun tí èyàn bá mọ̀ọ́ ṣe, bí idán lo ńrí; ó ní tí òun bá ńkọjá nínú oko ẹpà, òun kàn máa ńbá ẹpá lẹ́nu óun ni. The ground squirrel says what one is adept at does seem like magic, that while passing through the groundnut farm, it simply finds some groundnuts in its mouth.

Ikún njẹ ọgẹdẹ ikún ńrèdí, ikún ò mọ pé ohun tó ńdùn ló ńpani. The ground squirrel eats banana and relishes this by twerking its waist, ignorant that sweet things do kill.

Ilá kì í ga ju onírè lọ, èyí tó bá ga ju onírè lọ, à á sì tẹ̀ẹ ká. An okro plant shouldn't grow taller than the farmer; whichever does will simply be bent low to be plucked.

Ilá tó kó, láti inú oko wá ni, kì í ṣe ẹjọ́ ọbẹ. The hardening of the okro pod happened at the farm; it's not the fault of the knife.

Ilẹ àánú Olúwa kì í ṣú. God's land of mercy never goes dark.

Ilé baba ọmọ kì í ba ọmọ l'ẹ́rù, tí kò bá sí nǹkan míràn ńbẹ̀. A son shouldn't be scared of his father's house, if there aren't other issues involved.

Ilẹ̀ kì í le kaka, kó le koko, kí imú ẹlẹ́dẹ̀ má rí i tú. The ground cannot be so hard that the pig's snout won't be able to poke it.

Ilé la ńwò kí a tó sọ ọmọ lórúkọ. One looks at one's family or pedigree before naming one's new-born baby.

Ilé l'adìyẹ kò ti níyì. Only at home is the hen without honour.

Ilẹ̀ ló ńdààmú ìgángánrán; ìgángánrán kì í ṣe iṣukíṣu. Iganganran (type of yam) is affected by the soil; it is not really a questionable yam.

Ilẹ̀ mọ́, ọlẹ pòṣé. The day breaks and the indolent hissed.

Ilé ò ní gba eku, kó tún gba ejò. A house cannot harbour rats and harbour snakes (since snakes prey on rats).

Ilé ọba tó jó, ẹwà ló bù si. A palace that got burnt is preparing for better aesthetics.

Ilé olóore kì í wó tán; ti ìkà kì í wó tì. The house of a good man won't wholly collapse; that of a wicked fellow won't leave a remnant.

Ilé san mí, dùn ju oyè lọ. A peaceful home (or life) is to be preferred than being honoured with titles.

Ilé tí a fi itọ́ mọ, ìrì ló máa wóo. A house built with saliva would collapse under dew drops.

Ilẹ̀ tí iṣu rẹ̀ bá ta, tí àgbàdo rẹ̀ bá yọ ṣọ̀bọ̀lọ̀, lọyà máa ńyà sí. Grass-cutters seek out the farm whose yams and corns are well-formed.

Ilé tí ò ní ilẹ̀kùn, ní asínwín ńwọ sí. A house with no door is the one that gets inhabited by a mad person.

Ilẹ tó bá t'ojú ẹni ṣú, òkùnkùn rẹ kì í rú ni l'ójú. A place where night falls in one's presence does not confuse one when its dark.

Ilé tó ńtòrò, ọmọ àlè ibẹ̀ kò tí ì d'ágbà ni. A home that is at peace indicates that the illegitimate child in it is yet to grow up (into adulthood).

Ilẹ̀ yí kò gb'obì, ilẹ̀ yí kò gba kókò; yóò ṣáà gba èmi ni mo ní. If a piece of land has no room for kolanut or cocoa yam, it should at least have rooms for the owner.

Ilẹ̀kùn tí kò bá ní alùgbàgbà, kó yára dẹkun àpárá dí dá. A door that has no frame ought to cease all pranks.

Ìlera loògùn ọrọ. Health is the drug (medicine) for wealth.

Ìlérí adìyę, asán ni lójú àwòdì. The threats made by fowls are empty to the hawks.

Ìlù táa fi ewé kókò ṣe, táa ńfi gọ̀ngọ̀ alábę lù, bó pẹ́ bó yá, á ya. A drum made with cocoyam that gets beaten with blade-like sticks would get bursted, eventually.

Ìlù tó bá dún ládùnjù, ṣetán à ti ya ni. A drum that is unconscionably loud when beaten is about to go burst.

Ìmàdò ì bá ṣe bí ẹlẹ́dẹ̀, a bà ìlú jẹ́, ẹrú ì bá jọba, ará ìlú ì bá tí kù kan. Were the wild boar to act like pigs, it would have destroyed the town and were a slave to be enthroned king, the town would have been desolated.

Ìmọ́tótó borí aàrùn mọ́lẹ̀, bí ọyẹ́ ti ńborí ooru. Cleanliness overcomes diseases as harmattan overcomes heat.

Imú kì í gbọ́ òórùn ara rẹ̀. The nose cannot perceive its own odour.

Imú ní ìkà, tí kò jẹ́ kí a gbọ́ òórùn aṣebi. The nose must be wicked for not allowing one to sniff out wicked fellows.

Ìmúnmúná tó bá ní kí a rí òun là ńrí. Only the firefly that wants to be seen gets seen.

Iná kì í wọ odò, kó rí ójú ṣ'ayé. Fire cannot enter the river and not fizzle out.

Iná kò ṣéé bò mọ aṣọ. Fire cannot be held under one's garment.

Iná kú fi eérú bojú, ọgẹdẹ̀ kú fi ọmọ rẹ̀ rọ́pò. Fire goes out and is covered with ashes; the plantain plant dies and is replaced by its rootstock.

Iná l'ọmọ aráyé lè pa, kò sí ẹni tó lè pa èéfín. Man can only put out fire; no one can put out smoke.

Iná kò mọ ẹni tó dáa. Fire has no respect for the person who started it.

Iná orí, kò ní jó ilé. The lice on the head cannot burn down the house.

Iná tí kò tó iná, ni itọ́ ìgbín lè pa; tí iná bá tó iná, a máa jó ìgbín ti ìkarawun ti ìkarawun. Only a mild fire would get put out by the saliva of the snail; heavy fire will burn the snail and its shell to ashes.

Ìnàkí kì í ránṣẹ́ ìjà sí ẹkùn. Gorilla cannot send a contentious message to the leopard.

Inú ẹni kì í dùn, ká paá mọ́ra. One cannot be happy and not show it.

Inú ẹni ni orúkọ tí àá sọ ọmọ ẹni í gbe. Whatever name one would give one's child resides in one's heart.

Inú ilé ẹni, la ti ńjẹ èkúté onídodo. It's in the seclusion of one's home that one eats a rat with an outsized navel.

Inú ò gbàá, làyè ò gbàá. Only those things that are not acceptable (to the heart) are what there are no rooms for.

Inú ò ní rorò, kí ìdodo má ba gbé. The belly cannot be so vicious that it won't cohabit with the navel.

Inúnibíni kò kan tí àìmọ ìwà í hù. Unprovoked hatred is not necessarily due to one's undesirable character.

Inúure àníjù, ìfunra àti èébú ni í mú wá bá'ni. Inordinate generosity does invite suspicion and derision to one.

Ìpa abẹrẹ ni okùn ntọ. The path identified by needle is the one followed by the thread.

Ipá ńmú ẹsin lọ sí odò, ipá kò fún lómi mu. You can force a horse to the stream, but you cannot force it to drink water.

Ìpàkọ onípàkọ là ńrí, ẹni ẹlẹni ni í rí tẹni. You can only see the backhead of others, while someone else would see yours.

Ìpé tí a ńpé sìnkú, tí a bá pé wo alàísàn bẹẹ ni, kò ní kú. If we gather to attend to a sick person, the way we gather during his burial, he won't have died.

Ìran kì í sú ojú. The eyes never gets bored of seeing (or watching).

Ìran mẹta kì í tòsì. Three consecutive generations cannot remain poor.

Ìran ọmọ elépo kan kò ní padà, kó máà tún ìgò epo rẹ fọ. Palm oil vendors cannot but return to rewash their oil vending bottles.

Ìràwọ ò tó'ràwọ ni kúrò lọọọkán, káyé ó rí mi. Only a less than sparkling star strives for attention.

Ìràwọ ọsán gangan, tó ohun tí gbogbo àwọn àgbàlagbà ńpéjọ wò. A star that shows up in the afternoon merits the undivided attention of all the elders.

Ire lojú owó ma ńrí. Money experiences nothing but goodness.

Ìrèké ò ní ibùdó, ibi gbogbo ló gba alágbára. Sugarcane has no specific place of refuge; every situation suits a hardworker just fine.

Ìríkúrìí kì í fọ ojú. To see unusual things does not necessarily make one blind.

Ìrìn a rìn, làá ko'ni. As we walk, so we meet people.

Ìrínisí ni ìsọnilójọ. One's appearance determines how one is received.

Ìrírí ayé ò ní ti'ni títí kó ti'ni pa, ọgbọn ló fi ńkọ'ni. Life's challenges do not kill, they simply make one wiser.

Ìrókò ti wó sílé agbẹ̀dó; iṣẹ́ ti bẹ̀rẹ̀ ni pẹrẹwu. The African teak tree has now fallen by the mortar maker's house, work should start without delay.

Ìròmi tó ńjó lójú omi, onílù rẹ̀ wà ní ìsàlẹ̀ odò. The water bug dancing on the surface of the stream has its drummer below the surface.

Ìrònú ìkokò, ni yóò pa ajá. Anxiety about the wolf is what would kill the dog.

Ìrọ̀rùn igi, ni ìrọ̀rùn ẹyẹ. The comfort of the tree is what assures the comfort of the bird (perched on it).

Ìrù aláǹgbá kò tó ti ọ̀ọ̀nì, jíjọ ló jọ ara wọn. The tail of the lizard is not as big as that of the crocodile, they merely look alike.

Ìrù ẹṣin kì í pẹ́ di ìrù èyàn, bí ẹṣin kú, a fi ìrù sí áyé. The horse's tail soon becomes that of man; when the horse dies, its tail is left behind (as flywhisk).

Irú ìró ni ìborùn; irú aṣọ oko náà ni ti ilé. As the wrapper is, so is the shawl; as the clothes at the farm are, so are the ones at home.

Irú lóun kò tẹ́ rí, à fi ìgbà tí òun dé Òkè Ìmẹ̀sí, tí wọ́n pe òun léégbọn. The locust beans condiment insisted it had never been so disrespected, as when it got to Oke Imesi town and was referred to as dog ticks.

Irú wá, ògìrì wá, lọbẹ̀ fi ńdélẹ̀. The addition of locust beans and melon seed flavours (or several condiments) is what gets the soup ready.

Irun ò ni kún, kí abẹ má lè ge. The hair cannot be so bushy that the blade won't be able to cut it.

Ìrùngbọ̀n la fi ńmọ ewúrẹ́ tó ní ìfẹ́ ọkọ rẹ̀. To spot beards is how a goat that loves its he-goat mate is identified.

Ìsàlẹ̀ ọrọ̀ l'ẹ́ẹgbin. The foundation of wealth is revolting.

Ìṣe tí a fi ńjẹ ẹwà, táa bá ṣe bẹ́ẹ̀ jẹ egungun, a á ká ni léyín. We may not eat bones as we do eat beans, else we will end up with broken teeth.

Iṣẹ́ ajé ló ńsọ ọmọ nù bí òkò. One's vocation is what throws one away like a missile.

Iṣẹ́ kì í pani, ìṣẹ́ ló ńpànìyàn. Work never kills anyone; it's poverty that does.

Ìṣẹ́ kò ní ṣẹ́ igún títí, kó wá di ojúgbà adìyẹ. The vulture cannot be so impoverished as to become a coequal to the hen.

Iṣẹ́ ló ṣeé dá ṣe, owó kò ṣeé dá ná. Only work may be carried out alone, money (or wealth) cannot be enjoyed alone.

Iṣẹ́ l'oògùn ìṣẹ́. Work is the antidote of poverty.

Ìṣẹ̀ ni í múni pa ẹran àpatà, ká pẹran ká jẹ́ẹ́ niyi ọdẹ. Poverty is what makes a hunter sells his games; the beauty of hunting is to enjoy the games caught.

Ìṣẹ́ ńṣẹ́ ọ, ò ńrojú; ta ni yó fùn ọ lóògùn rẹ̀? Poverty grips you and you are frowning; who'll give you the antidote?

Ìṣẹ̀ pọ̀ ńlẹ̀, iṣẹ́ pọ̀ ńlẹ̀, ni kì í jẹ́ kí ọmọ àgbẹ̀ dé ilé bọ̀rọ̀. The persistent concerns that there is still so much to be done at the farm is why the farmer does not get home (after work) on time.

Iṣẹ́ tí a bá fi ọrẹ́ ṣe, ìjà ni í gbẹ̀hìn rẹ̀. A business venture, whose basis is friendship, typically ends in disagreements.

Iṣẹ́ tí onínú líle bá fi ogún ọdún ṣe, ọjọ́ kan ni yóò bàá jẹ́. A hot-tempered person destroys in one day, all his twenty years achieved.

Iṣu ẹni kì í fini í pe ọmọdé, kó má ta. One's yam plant cannot refuse to grow well, simply because one is young.

Iṣu ẹni ló ńtọwọ́ ẹni í bọ epo; aṣọ ẹni ló ńtọwọ́ ẹni í bọ aró. The yam (one is eating) is what soils one's hand with palm oil and the clothes (one is dyeing) is what makes one's hands to be dipped into dye.

Ìṣubú ẹni, kì í ṣe òpin ayé ẹni. The fall of a man is not the end of his life.

Ìṣúbú ò sí fún ẹni tó dùbúlẹ̀, ẹni tó dúró ni kó máa ṣọ́ra. A person lying down can no longer fall; those still standing are the ones who need to be cautious.

Ìtàkùn tó bá takùn bí ànàmọ́, kò lè dùn bí ànàmọ́. A creeping plant that creeps like sweet potato cannot be as sweet.

Ìtàkùn tó ní kí erin má wọ odò, t'òun terin ní wọ́n máa jọ lọ. A creeper that wants to obstruct the elephant would find itself in the river with it.

Ìtàkùn tó so ìgbá, ló so agbè àti elégédé. The creeping plant that produced garden egg also produced both gourd and pumpkin.

Ìtàkùn tó so kọ̀'ni lọ́rùn, kì í ṣe ohun tí à ńfi àdá yọ. The creeping plant entangled round anyone's neck is not something to be removed with a cutlass.

Ìtẹ́lẹ̀dí ẹni kì í ríni tì. One's undergarments are not unfamiliar with one's nudity.

Ìti ọ̀gẹ̀dẹ̀ kò tó ohun tí a ńpọ́n àdá sí. The (cutting of the) plantain stem isn't what the cutlass needs to be sharpened for.

Ìti ọgẹ̀dẹ̀ ò ní ká má fi òun ṣe òpó ilé, ẹni tó máa gbé ilé ọ̀hún lominú má a kọ. The plantain stem has no qualm being used as a house pillar; it's the potential occupants of the house that would be wary.

Ìwà jọ ìwà, ni í jẹ́ ọ̀rẹ́ jọ ọ̀rẹ́. The sharing of common character traits is what makes for friendly relationships.

Ìwà kì í fi oníwà sílẹ̀. A person's character never leaves the person.

Ìwà lẹwà; ká lówó lọ́wọ́ láì ni ìwà kò pé. Good character is the same as beauty; to be wealthy without good character is incomplete.

Ìwà lọba àwúre. Good character is superior to any goodluck charm.

Ìwà ni í jọ oníwà lójú. Every man's character is good in his eyes.

Ìwà ọlẹ ló ńba ọlẹ lẹ́rù, ọlẹ ṣe tán ó ní wọn ò fẹ́ràn òun. An indolent is preceded by his character, but complains of not being accepted.

Ìwà rere lẹṣọ́ ènìyàn. Good character is man's adornment.

Iwájú, iwájú lọ̀pá èbìtì ńré sí. Forward ahead is how the stem of a trap falls.

Iwákúùwá là nwá nnkan tó sọnù. Lost items are searched for anyhow.

Ìwákúùwá nií mú'ni rí ìríkúùrí. Unconscionable quest exposes one to undesirable (or strange) outcomes.

Ìwẹ àwẹ̀pọ̀, ní í mú ọmọdé rí ìhòòhò àgbàlagbà. To bathe together with a youngster is what exposes one's nudity to the youngster.

Ìwò ọlọ́gbọ́n kò jọ ti aṣiwèrè. The perspectives of the wise are different from those of fools.

Ìwò tí ayé ńwo àparò, bí i kí wọ́n fi dá ilá ni, orí ẹyẹ ni kò pẹyẹ. The partridge would have ended up in okro soup, but for its destiny.

Ìwọfà lẹnu; ibi tó bá wu ẹlẹ́nu ló lè rán an lọ. The mouth is a pawn-servant; it can be sent to wherever the owner pleases.

Ìwọn ẹyẹ ni ìwọn ìtẹ́ rẹ̀. As birds are (in sizes) so are their nests.

Ìwọn ni ẹni tó gun ẹlẹ́dẹ̀ yẹ kó yọ̀ mọ; ẹni tó gun ẹṣin, ilẹ̀ ló ńbọ̀. The person riding a pig should be modest, as even the person on a horse will unmount, eventually.

Ìwọnba ló yẹ kí èyàn jẹ lára ajá tó sínwín kú. One ought to eat of the meat of a dog that died from rabies in moderation.

Ìwọ̀ntunwọ̀nsì ló yẹ kí ọmọ ìka ẹsẹ̀ gùn mọ, ṣebí a kò ní fi di àdá mú. Human toes should be moderate in length, at least we won't use them to hold a cutlass.

Ìwọ̀sí tí èyàn kò ní fi ara mọ́ tó bá di olówó, tálíkà là a ti kọ̀ ọ́. What one won't accept when rich should be rejected while still poor.

Ìyà ni t'ọ̀pá; ọpá pa ejò láìjẹ. The rod has suffered; it killed a snake but did not eat it.

Ìyá ni wúrà, baba ni díńgí; ọjọ́ tí ìyà bá kú ni wúrà ṣègbé, ọjọ́ tí baba bá kú ni díńgí wọ omi. Mothers are gold and fathers are mirrors; the day a mother dies is when the gold perishes and the day a father dies is the day the mirror gets dipped in water.

Ìyà ńjẹ́ agbálẹ̀ ọjà, aja jẹun kò k'éwé. The market sweeper is oppressed; even the dog ate without packing up.

Ìyà ńjẹ ọmọrí ìṣaṣùn; ìṣaṣùn ńjẹ dídùn, ọmọrí ńjẹ ooru ọbẹ̀. The pot-lid is exploited; the pot gets all the sweetness but the lid gets all the steam.

Ìyá ò ní ya àpà, kí ọmọ tún ya òkúùgbẹ̀. A mother cannot be a wastrel and her child a non-entity.

Ìyàn mú, ìrẹ́ yó; ìyàn rọ̀, ìrẹ́ rù. The cricket grew fat during famine and became lean when the famine subsided.

Ìyàn níí mú níí jẹ èso igikígi. It's famine that makes one eat the fruits of strange trees.

Iyán ogún ọdún, a máa jóni lọ́wọ́. Twenty years old pounded yam can burn one's hands.

Ìyànjú là ńgbà; bí a kò gbìyànjú bí ọlẹ là ńrí. Ojojúmọ́ ni í rẹni. Everyone makes efforts; else one would seem lazy. Everyone gets tired every day.

Ìyànjú l'àgbẹ̀ ńgbìn, elédùà nìkan ló mọ bí iṣu ṣe ńta. Farmers merely sow efforts; God alone knows how the yams get formed.

Ìyàwó táa bá fi ijó fẹ́, ìran ló máa wò lọ. A wife married through dancing exploits would ultimately elope with a better dancer.

Ìyàwó tó bá gbọ́rọ̀ sí ọkọ lẹ́nu, làṣírí ẹ̀ ńbò. A wife, who is obedient to her husband is the one who is shielded from shame.

Ìyáwọ́, ìyásẹ̀, lajá fi ńpa ehoro; wàrà wàrà lẹkùn ńgùn igi. With nimble paws, a dog kills the rabbit; with speed, a leopard climbs trees.

Iyọ̀ ló sọ adùn rẹ̀ nù, tí ọbẹ̀ fi tẹ́ lẹ́nu. The salt lost its savour, which is why the soup tasted flat in the mouth.

CHAPTER 11

J

Jàgùdà wọ ọjà oníréké ńkó'gbá; éèló ni ìrèkè àti ẹni tó ńtà á? A robber enters the market and the sugarcane seller hurriedly packs up; what is the worth of his wares and himself?

Jagunjagun tó lóun pa èyàn mẹẹwá lójú ogun, tó tún délé tó tẹ ọmọ adìyẹ mẹẹwá pa; ṣebí tí ojú kò bá rí ti ojú ogun, ojú á rí ti ilé. A warrior who claimed he killed ten people in battle, but got home to actually trample on ten chicks; even if his deeds at war could not be confirmed, those at home can at least be attested to.

Jàmbá tà fún jàmbá rà; adìyẹ fọ́ lójú, a tàá lóru, ẹni tó ràá tún fi owó tí ò dáa san'wó. A cheat sells and a cheat buys; a blind hen (fraudulently) sold dead in the night to a buyer, was bought and paid for with counterfeit money.

Jàmbá tó ńkó ẹyin lórí àba, tí a bá dákẹ, gbogbo àkùkọ ìlú ló má a lọ si. If we are quiet about the calamity that claimed eggs during brooding, all the cocks in the town would also go for it.

Jẹ́ kí nfi ìdí hẹ́ẹ́, lálejò fi ńti onílé sóde. Let me just hang in here, is how a guest takes over the house.

CHAPTER 12

K

Ká dijú ká ṣe bí ẹní kú, ká wo ẹni tí yó sunkún ẹni; ká sáré ṣẹ́ṣẹ́ ká fẹsẹ̀ kọ, ká wo ẹni tí yóò ṣeni pẹ̀lẹ́. We should close our eyes and feign death to see who will mourn us; we should run and trip and observe who will be sympathetic.

Ká dúpẹ́ lọ́wọ́ ẹni tó mọ́ni lójú; ọ̀pọ̀ ni ò wo ibi tí èyàn wà. We should thank those who looked at one with disdain; many didn't bother to look.

Ká dúpẹ́ lọ́wọ́ ọrùn tó gbé orí dúró; ọ̀pọ̀ ẹran ló sún mọ́ orí tí kò ṣe nǹkànkan. We should thank the neck for bearing the head, there are other tissues around the head that do nothing.

Ká lọ aṣọ mọ́ ìdí, ká lọ́ ìdí mọ́ aṣọ, kí ìdí ṣáà má ti gbófo. To wrap a cloth round the waist or wrap the waist round a cloth; what's crucial is to simply ensure the waist is not naked.

Ká máa náwó kò ní kí ówó ó tán; ká ya ahun kò ní kí owó ó pọ̀ si. Generosity does not necessarily make one poor nor does stinginess make one rich.

Ká mú ẹyin sí ọwọ́ ọ̀tún, ká mú ẹ́yìn sí ọwọ́ òsì, ká fí ẹ̀hìn rìn láti Ìsẹ́yìn dé Ìyìn Èkìtì, ẹni tí kò ní fi iṣẹ́ yinni kò ni fi yin'ni. Even if one were to grab an egg with the right hand, a palm-nut with the left, and retro walked from Iseyin to Iyin Ekiti, those who won't be appreciative, still won't be.

Káa rẹ̀ẹrin ṣá ni lọ́gbẹ̀, kò ní kí ibẹ̀ má ṣèjẹ̀. To smile and inflict an injury upon someone does not preclude the wound from bleeding.

Ká rí'ni lókèrè ká ṣọ̀yáàyà, ó yọ́'ni ju oúnjẹ lọ. To see one from afar and receive one with enthusiasm satisfies more than food.

Ká wí fún ni ká gbọ́, oríire ló ńkó bá ni. To take to good counsel brings one into good favours.

Kàkà kí ewé àgbọn rọ̀, ko ko ko ni í le sí i. Rather than soften, the leaves of the coconut palm remain hardened.

Kàkà kí eku má jẹ sèsé, á fi ṣe àwàdànù. Rather than get excluded from eating 'sese' (a type of beans), the rat would waste it.

Kàkà kí gbajúmọ̀ jẹ ọ̀pọ̀lọ́, ẹni máa pa kọ̀nkọ̀ fún un, ló máa jade. Rather than for a famous person to eat frog, the person who would get him toad would show up.

Kàkà kí kìnìún ṣe akápò ẹkùn olúkálùkù á ṣe ọdẹ rẹ̀ lọ́tọ̀tọ̀. Rather than keep the books for the leopard, the lion would rather each do its hunting, separately.

Kàkà kí ọmọ ọba fi iṣẹ́ wọ ìlú, á kúkú fi ọjọ́ kún ọjọ́ rẹ̀ lẹ́hìn odi. Rather than return home poor, a prince would rather tarry longer abroad.

Kàkà kí ọmọdé pa àgbà láyò, àgbà a fi ọgbọ́n àgbà gbé e. Rather than be defeated by a youngster in a game, an elder will resort to cunning.

Kànga tó jìn kì í pariwo. A deep well does not make noise.

Kárìn kápọ̀, yíyẹ ní í yẹni. To walk as (or operate in) a team, brings honour to one.

Kékéré àjànàkú, kì í ṣe ẹgbẹ́ ẹkùn. A diminutive elephant is no peer to a leopard.

Kékéré ata kò ṣeé fi b'ọjú. Even a little quantity of pepper can't be used to wash the face.

Kékeré la ti ńpa ẹka ìrókò, tó bá dàgbà tán, á máa gba ẹbọ. The branches of the African teak tree must be trimmed early, else the tree would demand for sacrifices once fully grown.

Kékeré la ti ńpa ẹka ìrókò, tó bá dàgbà tán, ápá kì í ka. The branches of the African teak tree must be trimmed early, else they would grow out of reach, once the tree is fully grown.

Kékeré lata fi ńṣe ọkọ ojú. It takes pepper just a little to rule over the eyes.

Kékeré ológbò ni í jẹ kísà níyà, tó bá dàgbà tán a máa pa èkúté. Only as a kitten is the cat in deprivation; once fully grown, it is able to kill rats.

Kí a bá olówó gbé kó máàa fi owó mọ ni, ó sàn ju kí á bá òtòṣì gbé kó máa kó ni l'ádìyẹ tà lọ. To live with a rich man who is stingy is better than living with a poor man who defrauds one.

Kí a dé igbó kí a má fọ'hùn ló ńmú ẹyẹ oko ṣu síni lórí. To maintain a stoic silence in the forest is how bird droppings get to land on one's head.

Kí a fi gègé gún ara ẹni wò, kí a tó fi gún ọmọ ẹyẹ. We should prick ourselves with the penpoint first, before using it on a bird.

Kí a jẹ ẹran pẹ́ lẹ́nu, kò ní kó máàa tán mọ́. To chew meat for long in the mouth does not stop it from being exhausted.

Kí a lè rí ibi gbé odó, la ṣe ńṣe ọyàn síi. It's so that mortars can be easily carried that handles are carved on them.

Kí a mú igbá sí ọwọ́ ọ̀tún, kó bọ̀ sí ọwọ̀ osi, ọwọ́ náà ló ṣì wà. If a plate in one's right hand falls unto one's left hand, it's still in one's hand, nonetheless.

Kí á rí ogun, kí á máà sá, ni iyì ọkùnrin. To face war and not flee is the honour of a man.

Kí a re odò ká sùn, kí lará ilé yóò mu? If we tarry long at the river, what would those at home drink?

Kí a tó bímọ ẹnikan là ńbá ṣeré. Before one had a child, one must have been playing with someone.

Kí a tó dé ibi tí à ńlọ, a lè kọ́kọ́ dé ibi tí a kò fẹ́. A person may have to get to where he'd rather not be before getting to his destination.

Kí adití ba lè gbọ́ ọ̀ràn, la ṣe ńsọ ọ́ lójú ọmọ rẹ̀. So that the deaf can be aware of a matter is why it is discussed to his child's hearing.

Kí àgbàdo tó dé áyé, adìyẹ ńjẹun. Before there was maize, hens certainly were eating.

Kí àgbàdo tó dáyé, nkankan ladìyẹ ńjẹ. Before there was maize, hens must have been eating something.

Kí èèmọ̀ wọlé, kí ajá máà gbó, gbogbo ajá kọ́ lara ẹ̀ léè gbàá. Not all dogs can endure silence and not bark in the event of a strange occurrence.

Kí esunsun yin ẹyẹ, ó fò ní ọjọ́ kan ṣoṣo, iyẹ́ ẹ rẹ̀ re. The winged termite should praise all birds, it flew just one day and lost its wings.

Kì í bọ lọ́wọ́ èyàn kó bọ́ sílẹ̀, ọwọ́ ẹlòmíràn ló máa ńbọ́ sí. It (opportunity) never drops from someone's hands unto the floor, but always into another person's hands.

Kì í dé bá ni, kí á yẹ'rí. The lot does not fall on one and one would abdicate.

Kì í dé bá orí kí orí ó sá wọ'nú. The lot cannot fall on the head and it will be chased into the body.

Kì í dùn, kó má kan. It cannot be sweet and not become sour.

Kì í pọ̀ kó dùn, ṣíún lọbẹ̀ oge. It can't be much and be tasty; a tasty stew is typically moderate in quantity.

Kì í rẹ ológbò, kó má lè ṣe ọdẹ eku. A cat cannot be so tired, that it won't be able to hunt the mouse.

Kì í ṣe ẹjọ́ ọmọ orí odó tó ńgún ìyá rẹ̀, bíkòṣe àgbẹ̀ tó mú iṣu láti oko wá. It's not the fault of the pestle that is pounding the mortar, but the farmer who brought the yam from the farm.

Kì í ṣe gbogbo ajá tó bá gbó'ni lọ́jà, la ńdá lóhùn. It's not all the dogs that bark at one at the marketplace that one responds to.

Kì í tán lẹ́nu, kó má kù ní ikùn. It can't be so exhausted in the mouth that there won't be leftovers in the stomach.

Kì í tán nígbá osùn, ká máa rí fi pa ọmọ lára. The camwood container cannot but contain enough to rub on a baby.

Kì í tán nínú igbá osùn, kó má ba àlà nínú jẹ́. The camwood container cannot but contain enough to soil a white cloth.

Kí ìkòkò ọbẹ̀ tó lè sọrọ̀ síta, ìdí rẹ̀ á gbóná. Before a pot of soup can 'speak out', it's base will be hot.

Kí ilẹ̀ tó pa òṣìkà, ohun rere lè ti bàjẹ́. Before the wicked is eventually brought to justice, some good things may have been destroyed.

Kí làgbẹ̀ ńṣe lóko di òru, à fi tó bá fẹ́ jí iṣu ẹgbẹ́ rẹ̀ wà. What would the farmer be doing working late at the farm, unless he wants to steal the yams of his fellow farmers.

Kí làńfàní àpò tó ńsọni lówó nù? Kí a má kúkú lápò ó san. What's the use of a pocket that loses money? It's better to be without pockets.

Kí lẹlẹ́ja ńtà tó ńtan iná mọ́jú. What's the fish-seller selling that her lamp remains lighted throughout the night.

Kí l'ológbò ńwá tó fi jó'ná mọ́'lé? Ṣé ṣòkòtò ló fẹ́ mú ni àbí ẹrù ló ńdì? What's with the cat getting itself burnt to death with the house? Does it want some trousers or some other items?

Kí ni apárí ńwá ní'sọ̀ onígbàjámọ̀. What is a bald-headed person looking for at the barbing salon?

Kí ni egbò ńṣe, tí kó fi àárọ̀ wa omi. What is with the wound not oozing fluids on time.

Kí ni ìyá aláṣọ ńtà, tó yọ ẹgba dání; ewúrẹ́ ńjẹ wúlì ni? What's the cloth seller doing with a baton; do goats eat wool?

Kí obìnrin tọ àtọrìn, kí ọkùnrin tọ àtọrìn, ẹnìkan ní láti lómi lẹ́hìn ẹsẹ̀ ju ara wọn lọ. Let a man urinate while walking and let a woman do the same; one of them would end up with more urine on the thighs.

Kí ọọ́yọ́ tó dé ayé, ni ilá ti ńṣe fáàrí lórí iyán. Before there was the draw vegetable, okro had been showing off on pounded yam.

Kí òyìnbó tó dé, la ti ńwọ aṣọ. Clothes were worn before the white man (colonialism) came.

Kì í burú títí, kó má ku ẹníkan mọ́ni, ẹni tí yóò kù la o mọ̀. Things can't be so bad that one won't be left with someone; it's who he or she would be that may not be known.

Kíkéré l'abẹ́rẹ́ kéré, kì í ṣe mímì fún adìyẹ. Though a needle may be tiny, it's not an object to be swallowed by the hen.

Kíkọ́ ni mímọ̀. Knowledge comes by learning.

Kíni igún ṣe, tí ọ̀bọ kò ṣe? Igún pá lórí, ọ̀bọ pá ní ìdí. What has vultures done that monkeys has not done? Vultures are bald on the head while monkeys are bald on the buttocks.

Kíni iwúrí àwòdì, tí kò lè gbé adìyẹ. What's the excitement of a hawk that cannot catch hens.

Kíni ọmọ ẹyẹ yóò ṣe fún ìyá rẹ̀, ju pé kó dàgbà kó fò lọ? What would the baby bird do for its mother bird, but to grow up and fly away?

Kìnìún kì í jẹ ẹran ìkàsì. The lion does not eat stale meat.

Kìnìún kò ní wọ inú igbó, kó kó ewé jẹ, ẹran bí ara rẹ ni yóò jẹ. The lion won't enter the forest and eat leaves, it is animals like itself it would feed on.

Kìnìún lóun ò gbéraga, ṣùgbọ́n òun kò lè jẹ koríko. The lion insists that it's not arrogant, it simply can't eat grasses.

Kìrà kìtà ò dọlà, ká ṣiṣẹ́ bí ẹrú ò da nǹkan. Hurried quest does not translate to wealth and working like a slave often leads nowhere.

Kíṣu tó di iyán, a gún un lódó, kí àgbàdo tó di ẹ̀kọ a lọ̀ọ́ papọ̀. Yam was pounded before becoming pounded yam and maize was ground to become pap.

Kò di ìgbà táa bá da àpò iyọ̀ kan sẹ́nu, kí a tó mọ̀ pé iyọ̀ dùn. One need not pour a bag of salt into one's mouth to confirm that salt is sweet.

Kó dùn, kó pọ̀, kó pẹ́, Ọlọ́run ló ńfún ni. What's sweet, what's much and what endures are all from God.

Kò ní burú burú fún bàbá, kó ní ó di ọwọ́ ọmọ òun lọ́run. Things can't be so bad for a father that he would say it's up to his son in heaven.

Kò sí ẹni tí kò mọ ọgbọ́n kí á fi ẹran sí ẹnu ká wá a tì. There is no one who doesn't know how to make meat disappear in the mouth

Kò sí ẹni tí Ọlọ́run ò ṣe fún, à fi ẹni tó bá ni tòun ò tó. There is no one God has not blessed; there are simply those who believe they have not been blessed enough.

Kò sí ẹni tó fi dídùn sí iyọ̀; àtọrun ni iyọ̀ ti mú adùn rẹ̀ wàyè. No one made salt sweet; its sweetness is innate to it.

Kò sí ẹni tó lè dá gbọ́n odò tó ńṣàn. No one person can single-handedly scoop out a flowing stream.

Kò sí ẹni tó lè fi ọwọ́ bo ògo òòrùn. No one can cover up the glory of the sun with his hands.

Kò sí ẹni tó máa gun ẹṣin, tí kò ní ju ìpàkọ́, tí kò bá fẹ́ẹ́ jùú, ẹṣin tó ńgùn a jẹ́ kó jùú. No one will ride a horse and not fling his head backward; even if he doesn't want to, the horse will make him do it.

Kò sí ẹni tó mọ̀ọ́ pọ̀n, bí ọlọ́mọ. No one can back a baby better than his mother.

Kò sí ajá tí kì í gbó, àgbójù ajá ni wọ́n ńpè ní dìgbòlugi. There is no dog that does not bark; inordinate barking is what identifies a rabid dog.

Kò sí bí à á ṣe mọ̀ọ́ sun, mọ̀ọ́ sè tí etí eku ò ní jóná. One can't be so adept at roasting or cooking rat that its ears won't be burnt.

Kò sí bí àtùpà ṣe lè lágbára tó, kò lè ríran rí ìdí ara rẹ̀. No matter how strong a lamp is, it cannot light up it's base.

Kò sí bí èyàn ṣe lè kúrú tó, kò lè nàgà wo sánmà. No matter how short anyone is, no one needs to stretch to see the sky.

Kò sí bí ilẹ̀ ṣe lè mọ́ tó, kó máa ṣú, kò dẹ̀ sí bí ilẹ̀ ṣe lè ṣú tó, kó máa mọ́. No matter how bright the day, night will fall, and no matter how dark the night, the day will dawn.

Kò sí ẹni tí a máa fi ẹrú lọ, tí kò ní ba ọmọ jẹ́. No one would be treated as a slave, who won't behave in a manner unbecoming of a son.

Kò sí ẹni tí èkúté máa fi ẹjọ́ológbò sùn, àfi Ọlọ́run Ọba. The rat has no one but God, to report the cat to.

Kò sí ẹni tó fẹ́ ki a dàbí òun, à fi adẹ́tẹ. No one would like anyone to rise up to him (in attainment) except the leper.

Kò sí ewu lẹ́gbẹ̀rún ẹ̀ko, à fi àìdùn ọbẹ̀. To consume a thousand wraps of corn meal is a breeze, except the soup is not tasty.

Kò sí ewu l'óko, à fi gìrìgìrì àparò. There is no danger at the farm except the sound of the partridge's movement.

Kò sí ibi tí kò dùn lára ẹran, àmójúkúrò la gbọ́dọ̀ ní. There's no meat-part that is not delicious, one should simply be contented.

Kò sí ìgbà tí a dá aṣọ, tá ò rí ìgbà fi lò. There is no time one buys clothes that one won't be able to wear them.

Kò sí ìràwọ̀ tó lè mọ́lẹ̀ tó òṣùpá. There is no star that can provide as much brightness as the moon.

Kó sí kekere akàn tí kò nílé lórí. You'll never find a crab, however diminutive it may be, without a home of its own.

Kò sí kékeré ẹkùn. Nothing like a little leopard (the cub is deadly enough).

Kò sí ohun tí sùúrù sè, tí kò jinná. There is nothing 'cooked' by patience that won't get done.

Kò sí ohun tó jẹ́ tuntun, tí kò ní padà di àlòkù. There is nothing new that won't eventually become used.

Kò sí ohun tó le tí kì í rọ̀. There is nothing that is hard (or tough), that can't be softened.

Kó sí ohun tó ńbọ̀ lókè, tí ilẹ̀ ò gbà. There is nothing coming from above that the ground cannot contain.

Kò sí ohun tó ní ìbẹ̀rẹ̀, tí kò ní lópin. There is nothing with a beginning that won't have an ending.

Kò sí ohun tó ńṣẹlẹ̀ lábà, tí ara ilé kò mọ̀. There is nothing going on in the farm-house that those at home are not aware of.

Kò sí ohun tó pọ̀ tí kì í tán, àfi ọlá Ọlọ́run. There is nothing much that won't get exhausted, except the grace of God.

Kò sí ohun tó wà nínú adìyẹ, tí àwòdì kò mọ. There is nothing inside a hen that the hawk does not know (since it preys on it).

Kò sí ohun tuntun lábẹ́ ọrun mọ́. There is nothing new under the heavens.

Kò sí ohun tí adìyẹ fẹ́ fi ọmọ àṣá ṣe. There is nothing the hen can do with the offspring of the hawk.

Kò sí ohun tí ojú kò rí rí; kò sì sí óhun tí etí kò gbọ́ rí. There is nothing the eyes have not seen; there is nothing the ears have not heard.

Kò sí ọrọ̀ lẹ́nu ọmọ olè, tó ní wọ́n gbé adìyẹ òun. Words are not comely in the mouth of a thief who claimed his hen had been stolen.

Kó wá kó lọ ni iyì òṣùpà, tí òṣùpá bá ti di àrànmọ́jú kò níyì mọ́. It's more honourable for the moon to show up and recede; it loses honour, when it is static and unreceding.

Kò yẹ kí ọdẹ tó ńpa erin, tó ńpa ẹfọ̀n, jẹ àṣán. It is improper for a hunter who kills elephants and buffallos to have to take his meals without any meat.

Kí ojú má rí ibi, ẹsẹ̀ loògùn rẹ̀. If the eyes won't see evil, the legs (moving away) are the antidote.

Kọ́kọ́rọ́ àṣejù, ilẹ̀kùn ẹtẹ́ la fi í ṣí. The key of immoderation opens the door of disgrace.

Kòkòrò kò jẹ́ kí a gbádùn obì tó gbó. The pest in the kolanut won't allow one to enjoy it.

Kòkòrò tó ńjẹfọ́ ara ẹfọ́ ló wá, iná tó ńjẹni ńbẹ lábẹ́ aṣọ. The pest that is eating the vegetable is right on it, as the louse living off one is under one's garment.

Kòkòrò tó ńj'ẹfọ́ j'ààre ẹfọ́, ìwọ̀nba l'ewéko ńdára á mọ. The pest that is eating up the vegetable is justified; a plant's attractiveness should be moderate.

Kòkòrò tó ńjó lẹ́ẹ̀bá ọnà, onílù rẹ̀ ńbẹ nínú igbó. The insect dancing by the bush path has its drummer right in the bush.

Kọ̀lọ̀kọ̀lọ̀ kò gbé iná sórí, tó fi ńṣe ọkọ adìyẹ. The fox didn't have to bear fire on its head, to rule over the hen.

Kọ̀lọ̀kọ̀lọ̀ tó bá ńsùn, kò lè rí ogbe àkùkọ jájẹ. A fox that is sleeping won't get to eat a cock's comb.

Kọ̀lọ̀kọ̀lọ̀ tó pa adìyẹ ẹni, tí kò gbée lọ, bó ti ndunni ló tún ndùn mọ́ ni. The fact that a fox killed one's hen, but did not take it away, both pleases and displeases one.

Kọ́ńdó ọlọ́ọ̀pá tí a nà sí iwájú, ó di dandan kó padà wá bá ẹni tó nàá l'ọjọ́ kan. The police baton pointed at others would most assuredly, be pointed back at the bearer, one day.

Koríko tí erin bá tẹ̀, àtẹ̀gbé ni. Whatever grasses an elephant steps on, they are stepped on with impunity.

Kúkúndùkú dùn ládùnjù, ó tẹ́ lọ́wọ́ oníyán. The sweet potato became too sweet and ended up useless to pounded yam vendors.

CHAPTER 13

L

Labalábá tó ba d'ìgbò lu ẹgún, aṣo rẹ̀ á fà ya. A butterfly that collides with thorns would be torn to shreds.

Labalábá tó fi ara rẹ̀ wé ẹyẹ, kò lè ṣe iṣe ẹyẹ. A butterfly that likens itself to a bird cannot act like one.

Láníntán kan kì í ní ìwo ẹṣin. No matter how wealthy anyone is, he or she cannot own the horn of a horse (since horses have no horns.)

Lásán, làjànàkú ńfojú iṣẹ́ wo ọbọ; ọbọ ò kúkú tọrọ jẹ. In vain does the elephant despises the monkey as poor; the monkey does not beg to eat.

Lẹ́hìn òkùnkùn biribiri, ìmọ́lẹ̀ á tàn. After a pitch darkness, most assuredly comes the dawn.

Létò létò, l'àgbàdo ńto ọmọ tirẹ̀. A well ordered pattern is how maize arranges its seeds.

Lójú olóko ni ilá ṣe ńkó. The okro pod becomes hardened in the farm, right to the knowledge of the farmer.

L'ẹ́hìn àpọnlé, àbùkù lókù. After honour comes disgrace.

Lẹ́hìn onísùúrù l'Ọlọ́run wà. God backs the patient.

Lékeléke tó ńba màlúù ńṣọ̀rẹ́, ohun to máa jẹ ló ńwá. An egret (a bird) that befriends a cow is merely after what it would eat.

Lówe lówe, la ńlù ìlù àgídìgbo, ọlọ́gbọ́n ni í jo, ọmọ̀ràn ní sì í mọ ọ. The Agidigbo drum (a type of drum indigenous to the Yoruba people) is beaten in a proverbial manner; only the wise dances to it and only the knowledgeable understands its meaning

CHAPTER 14

M

Mà á lo owó mi tán lára aṣọ, òṣì ló fi ńta'ni. To insist that one would use and exhaust one's money's worth from a clothing item would make one look like a pauper.

Má fi oko mi dá ọ̀nà, ọjọ́ kan làá kọ. Don't turn my farm into a pathway would be enforced, one day.

Má ta omi sími lára, kò dé odò. Don't splash water on me is not an acceptable complaint at the river.

Màá fún ẹ lẹ́gbàà, kì í fún ẹgbàá níyì. "I will give you some money", makes the gift loses value.

Máà gbójú lé ogún, ti ọwọ́ ẹni ni í tó'ni. Don't put your hopes on inheritance, the results of one's labour is what endures.

Màá gún iyán fún ọ jẹ, ní ibi èsun iṣu làá ti mọ̀ ọ́. The promise to provide one with pounded yam, can be assessed from the roasted yam offered.

Máa jó lọ, mò ńwo ẹ̀hìn rẹ, irọ́ ló ńjẹ́ bẹ́ ẹ̀. 'Keep on dancing I am watching your back' is nothing but deception.

Máà tẹ́ lọ́wọ́ onílé, máà tẹ́ lọ́wọ́ àlejò, olúwarẹ̀ yóò tẹ́ lọ́wọ́ ara rẹ̀ ni. Efforts made not to lose the respect of a host and not to lose the respect of a guest would often leave one losing one's self-respect.

Màlúù kò lè lérí, níwájú ẹṣin. A cow should not be boasting in the presence of a horse.

Màlúù tí kò ní ìrù, Ọlọrun ni í lé ẹṣinṣin fún un. It is God who fends off flies for a cow that has no tail.

Màlúù tó yọ iké, èrè ni fún alápatà. A cow with a hump implies more profit to a butcher.

Màrìwò kì í wí fún ara wọn tẹ́lẹ̀, tí wọ́n fi ńyọ. Palm fronds do not consult one another in advance, before sprouting.

Màrìwò kò wo'jú ẹnìkan, à fi Ọlọrun. The palm fronds look up to no one, but God alone.

Màrìwò tó ńfi ìgbágọ ṣe ẹsín, òun náà ńbọ̀ wá di àgbélẹ̀he. The young palm leaf that is deriding the older ones would soon be an object to be picked on the ground, as well.

Máṣu mátọ̀ obìnrin, ínira ló ńmú wá fún ọkọ. Inordinate possessive acts of a husband over the wife would result in needless stress to him.

Mélòó ni èèrà tó wípé aràn ńyọ òun l'ẹ́nu? How big is the ant that claimed that it's being ailed by worms?

Méjì ni ilẹ̀kùn, bí kò ṣí sí inu, á ṣí si ode; bí kò tì sí inu, á tì sí òde. Doors come in two types: if it does not open inward, it would open outward; if it does not shut inward, it would shut outward.

Mélòó lòkánjúwà fẹ́ lá nínú ọpọ́ iyọ́? How much really can a greedy person lick out of a large amount of salt?

Mẹlọ mẹlọ là ńsó isó ọjà, díẹ̀ ní ìsọ̀ onírú, díẹ̀ ní ìsọ̀ ológìrì; to bá só ní ìsọ̀ aláṣọ, eṣinṣin á tú ẹ fó. Farting in the market requires wisdom: release a little in the stalls for locust beans flavouring, a little in the stalls for melon seeds flavouring; whoever farts in the stalls of the cloths sellers would be exposed by flies.

Mélòó lọbẹ fẹ́ kà nínú ilá tó ti rẹ́. How many would the knife count of all the okro pods it had sliced.

Mélòó ni Èjìgbò, tí ọkan rẹ ńjẹ́ Ayé-gbogbo? How big is Ejigbo town that a part of it is referred to as the entire world?

Mi ò lè tọrọ jẹ; olúwa rẹ̀ ṣì ńrí nǹkan jẹ ni. Whoever claims he cannot beg to eat must have something he is still eating.

Mi ò lè wá kú, kì í dun oyè ilé bàbá a rẹ̀. Whoever insists he is unwilling to die should not be striving to be honoured with his family's chieftaincy title.

Mímì lẹpọ̀n àgbò ńmì, kò lè já. The ram's testicles are merely dangling, they cannot fall off.

Mo dára, mo dára, àìdára ni í pẹ̀kun rẹ̀. 'I am beautiful', 'I am beautiful', typically ends in ugliness.

Mo gbọ́n tán, mo mọ̀ọ́ tán, lagbọ́n ò ṣe lóró bí oyin. Wasps' claim to be the wisest and the best is why they have less potent venom than bees.

Mo mọ ìwà ará ilé mi, kì í ṣe èébú. To state that one understands the characters of one's relations is no disrespect.

Mo ṣe é tán ló níyì; a kì í dúpẹ́ aláṣekù. "I've finished" is what's honourable; no one gives thanks for an incomplete job.

Mo ş'oore kò gbè mí, ó l'ọ̀gbọ́n tó yẹ k'ééyàn kọ́ nnú rẹ̀ ni. "Rendering kindness hasn't favoured me", there is a lesson for you to learn from the experience.

Mo ti nfo èyí, mo ti nfo ti ọhún, lo nmú ológbò kú sí epo gbígbóná. "I am leaping over this and that" is how a cat ends up dying in a hot oil.

Mo yó lánàá, kò kan ebi tòní. That one was full yesterday won't stop one from being hungry today.

Mọ̀jà, mọ̀sá, ni ti akínkanjú; akínkanjú tó bá mọ̀ọ́ jà tí kò mọ̀ọ́ sá á bá ogun lọ. A warrior should know when to fight and when to run; the one who doesn't would perish in battle.

Mójú kúrò ni ilé ayé gbà; gbogbo ọ̀rọ̀ kọ́ ló şeé bínú sí. Life requires forbearance; its not every issue that one gets angry about.

Mọ̀kàn mọ̀kàn loyè nkàn; oyè tó kan ará Ìwó, ó nbọ̀ wá kan ará Ẹdẹ. Everything is turn by turn; the (chieftaincy) title given to an Iwo indigene would soon be given to someone from Ede.

Mú inú şe ìkà, mú òde ş'òótọ́, bó pẹ́ bó yá, ohun tí nbini kò ní şàì bini. If one pretends to be nice but engages in evil, what would question one would (that is, one would reap what one sows), eventually.

CHAPTER 15

N

Náwó náwó, kì í ṣe àpà, ó ńfi owó ra iyì ni. The generous person is not wasteful; he is actually buying honour for himself.

Ní ìlú afọjú, olójú kan lọba wọn. In the land of the blind, a one-eyed man is their king.

Ní ìlú tí a kò ti fẹ́ ẹyẹlé, adìyẹ á ṣ'ọ̀wọ́n níbẹ̀. Hens would be hard to find in a town where pidgeons are not welcomed.

Ní tútù là ńká ẹja kò; ẹja gbígbẹ ò ṣeé ká. Fish may be bent only while fresh; dried fish cannot be bent (without breaking).

Nígbàtí kìnìún ti ńṣe ẹ̀ṣọ́, orí igi l'ọbọ wà. When the lion was active in fashion, the monkey was yet on trees.

Nígbàtí ológbò kò sí ní ilé, l'èkúté ńṣoge. Only in the absence of the cat can the mouse indulge in fashion.

Nígbàtí ọwọ́ kò tí ì gbọ́n, lojú ńṣe ipin. It was when the hand was yet unwise that the eyes were rheumy.

Nígbàwo la bí àkàrà, tí àkàrà ńbímọ? When was the fried bean cake "born" that it is procreating as well.

Nígbàwo làpò ẹkùn di ìkálá fún ọmọdé? Since when did the leopard skin bag became what a child uses to harvest okro.

Nínú ìkòkò dúdú, ni ẹ̀kọ funfun ti ńjáde. The pot may be black, yet out of it comes the white corn meal.

Nínú oore loore wà. Kindness begets kindness.

Nínú òròmọ adìyẹ àti ẹyin rẹ̀, ọkan lèyàn máa fọwọ́ mú. One must choose between the chick and the egg.

Nítorí adití lòjò ṣe ńṣú; nítorí afọjú ló ṣe ńkù. Rain gathers as cloud because of the deaf and this cloud rumbles because of the blind.

Nítorí ajá ti òde, ni a kì í fi ká ti ilé l'éyín. It's because of the dogs out there, that the teeth of the one at home are not removed.

Nítorí iyán, l'ọbẹ̀ ṣe tán. The soup got exhausted because of the pounded yam.

Nítorí kí a má báa fi orí ru ẹrù, la ṣe ńfi owó ra ẹrú. We buy slaves so that we would not have to carry our loads on the head.

Nítorí kí a má jìyà, la ṣe yá Májìyà lọ́fà. We lent out our arrow to Majiya, so that we would not suffer.

Nítorí ọdá, la ṣe ńlóko lákùrọ̀. We maintain a farm by the river bank, because of the time of drought in future.

Nítorí ọjọ́ tí ọmọ bá máa dáràn, ló ṣe ńlórúkọ tirẹ̀. Because of the day a child would commit an offence is why he has his own name.

Nítorí ọla la ṣe ńṣe òní lóore. Because of tomorrow is why we show today some kindness.

Nítorí wèrè ti òde, la ṣe ńní ti ilé. We keep a troublesome fellow at home, because of the troublesome fellow out there.

Nkò jẹ nínú iṣẹ́ ọwọ́ rẹ, ni ọlẹ fi ńṣẹgun alágbára. You are not the one feeding me is how the indolent prevails over the diligent.

Nǹkan ẹni kì í di méjì, kí inú ó bí'ni. One's possession cannot become two (or increased) and one would be displeased.

Nǹkan kan ló ba àjào jẹ́, apá rẹ̀ gùn ju itan lọ. The wild bat has one major flaw; its arms are longer than its thighs.

Nǹkan táa bá jẹ la máa ṣu; ọkẹ́rẹ́ jẹ ẹyìn, ó ṣu ihá. We excrete what we eat; the squirrel eats the palm nut and excretes the nut's rind.

Nǹkan tí a kò bá mọ̀ọ́ jẹ, ni a ńwò tẹ̀gbin tẹ̀gbin, bí a bá mọ imí jẹ, bí oyin ni yóò rí. The food item that one does not know how to eat is what one looks at with disdain; if one could eat faeces, it would taste like honey to one.

Nǹkan tí èyàn ò ní í jẹ, kì í fi run imú. One should not be sniffing what one has no interest in eating.

Nǹkan tí kò bá sí lọ́jà, lọmọ ọba kò lè rà. Only what is not available in the market is what a prince cannot buy.

Nǹkan tí kò ṣe ẹni rí, a kì í sọ pé ó tún dé. One can't claim that what one has never experienced has happened again.

Nǹkan tó bá wuni ni í pọ̀ lọ́là ẹni; onígba ẹrú kú, aṣọ rẹ̀ jẹ́ ọkan ṣoṣo. What we love the most is what we possess in abundance; a man who owns two hundred slaves died, and was found to own only one item of clothing.

Nǹkan tó ńṣe ìyá ewúrẹ́, ó ńbọ̀ wá ṣe ìyá àgùtàn. What troubles the goat will soon enough trouble the sheep.

Nǹkan tó ṣe ẹni tó jí èbù tà, náà, ló ṣe ẹni tó ràá, tí kò san owó. Whatever caused someone to steal the yams prepared for planting is what caused the person that bought them not to pay.

Nǹkan tó ṣe òjò tó rọ̀ tó fi wó igi, náà ló ṣe àgbàrá òjò tó fi wọ́ igi náà lọ. Whatever made the falling rain to crash a tree to the ground is what makes the flood water, to wash the tree away.

CHAPTER 16

O

O bá ẹfọ̀n lábàtà, o yọ ọ̀bẹ tì í, ṣé omi lo rò pé ó mu kú ni? You pulled your knife at a dead buffalo at the river bank; did you think it got drowned?

O bá erin lábàtà, o yọ ọ̀bẹ tì í, ṣé omi lo rò pó mu kú ni? You pulled your knife on a dead elephant at the river bank; did you think it got drowned?

Ò báà kúrú, ò báà párí, gbèsè ò sí, ẹsín ò sí; gbèsè ló lè fini ṣẹsín. No matter how you appear, no debt means no shame; debt is what can bring one to shame.

Ó dà l'ọmọ d'ẹ̀gbẹ́, ẹ̀gbẹ́ kì í ṣe ilé ọmọ. The change in condition is what placed the foetus in a breech position; breech positions are not normal for foetuses.

Ó di alẹ́ ki ábuké tó mọ pé, iké kì í ṣe ọmọ. It would dawn on a hunchback, at the end of the day, that the hump is not a child (backed).

Ó di ìgbà tí òjò bá dá, kí alágborùn tó mọ̀ pé ẹrù lòún gbé. After the rain subsides, the person with an umbrella would realise he has been carrying a burden.

O gbé agbè ẹmu ṣòkòtò ńjábọ̀, tóo bá wá mu ẹmu ọ̀hún ńkọ́? Your trousers are already dropping while lifting a keg of palmwine. What if you had drank the palmwine?

O hu irun imú o ńṣakọ, èyàn ló hu irùngbọ̀n yọyọyọ. You are arrogant because of your nasal hair, yet there are those who spotted beards, so prominently.

O jó ní Ifọ́n, Ifọn tú, o jó ní Èjìgbò, Èjìgbò fà ya bí aṣọ, o wá dé Ọ̀ràngún o tún ńjùdí. Ṣé gbogbo ìlú lo fẹ́ bàjẹ́ ni? You danced at Ifon, it was desolated; you danced at Ejigbo, it was shredded like clothes, yet, you got to Orangun and started twerking your hips. Are you out to destroy all towns?

Ò kàn ńṣe ọmọ olóòkú bẹ́ẹ ni, a kò ní sin ín pẹ̀lú òkú rẹ̀. The bereaved is simply hurting; he won't be buried with the deceased.

Ó kéré mi ò lè fún ẹ, ni í sọ ni í di ahun; kò tóbi ni kò jẹ́ kí ngbà á, ni àgbàlagbà ọkánjúwà. To state that "it is small, I can't give you" is what makes one seems a miser and to state that "it is not big enough that's why I can't accept it" is what makes one appear greedy.

O kò lu òmìrán lóru, ò ńlùú lọsàán. You have not beaten a giant at night (under the cover of darkness) and you are daring to beat him in the afternoon.

Ó lóhun tí ojú rí, kó tó má şoje. The eyes have their reasons before seeping tears.

Ó lóhun tí ọmọ ẹranko gbé ojú lé, kó tó şe ẹnu gbẹndu si ọlọ́dẹ. There must be what an animal relied upon before looking derisively at the hunter.

Ó máa tó san, ó máa tó san, lọwọ́ adẹtẹ̀ fi ńdi gígé. "It would heal soon" presumed by a leper was how his hand had to be amputated, eventually.

O nà mí kò dùn mí, kò lè dàbí ara òfifo. To beat someone, even if it is not painful to him is not comparable to someone who was not beaten, at all.

O ní nǹkan tí àgùntàn rí, kó tó dákẹ́ jẹ́jẹ́. The sheep has its reasons for maintaining a stoic silence.

Ó ní ohun tí èyàn rí lọ́bẹ̀, kó tó waru ọwọ́. There certainly must be what someone saw in the plate of stew before withdrawing his hands (from eating the food).

Ò ńlọ si Ọ̀yọ́ ò ńkánjú, Aláàfin ò re ibi kan. You are going to Ọ̀yo town and you are in haste; the king of Oyo town is going nowhere.

O rí ẹsẹ̀ aşiwèrè o ò bùú; ọlọ́gbọ́n wo ló máa gbé tirẹ̀ si'lẹ̀? You saw the footprints of a fool and you didn't extract them, where would you get those of a wise person?

O rí àgbébọ adìyẹ lọ́jà, o sáré si. Ì bá jẹ́ pé ó ńyé ogún tó ńpa ogún, şé aládiyẹ yóò tàá? You hastened to buy a hen you saw in the market. Had it been very productive in egg laying, would the owner have sold it?

Ó şe ilé, ladìyẹ da ẹtù nù, bó şe àparò nínú igbó ni, ọdẹ yóò ti fi yí ata. Only at home could the hen get away with wasting gun powder; if a partridge dares it in the forest, it would be food for the hunter.

Ó sú mi, ó rẹ̀ mí, kì í şe ọdẹ erin. "I'm tired and fed up" can't be coming from someone hunting an elephant.

Ó tó gę́ę́ ni í gbę̀hìn ò̩rę́, kí lo ṣe fún mi ni í gbę̀hìn àlè. Enough is enough are the last words to end a friendship, what have you done for me are the last words to end a relationship.

Ó wu agbe kó funfun bí i lékeléke, ṣúgbó̩n kádàrá ni ò̩ jẹ́. The touraco (a bird) would love to spot white feathers like the egret (another bird), but its destiny wouldn't let it.

Ó wu aṣiwèrè kó ru igbá rẹ̀ wo̩ o̩jà, àwo̩n ará ilé rẹ̀ ni kò jẹ́. A mad man would not mind getting to the market with his wares; his relations simply won't let him.

Ó wu ẹrú kí ó ṣe bí o̩mo̩, orúko̩ rẹ ni kò jẹ́. A slave would love to act like a son, but his status won't let him.

Ó wu ni kí á jẹ ẹran pẹ́ lẹnu, ò̩nfà ò̩fun ni kò jẹ́. One would have loved to eat one's meat for long, but for the need to swallow it eventually.

Ó wu wèrè kó gẹ irun rẹ̀, ò̩nà ló pò̩. A mad man would love to get a haircut, he is simply too busy.

Ó yẹ gbogbo ẹran oníwo lóko kó kan'ni, bí i t'ìgbín kó̩. All the animals with horns in the forest may well butt one, but not the snail.

Ó yẹ kí ẹrú ó sá, ó dẹ̀ yẹ kí oló̩wó rẹ̀ wa. It is in order for a slave to attempt to escape, and it is also in order for the owner to seek him.

Ò yẹ kí ìdí gbé àtàrí wò, kó mo̩ iṣẹ́ tí eṣinṣin ńṣe. The hips should trade places with the head, to appreciate what flies do (to it).

Obì bó̩ ló̩wó̩ alákẹdun, ó ní òun fún ará ilẹ̀, bí kò bá fún ará ilẹ̀ ńko̩; yóò so̩kalẹ̀ wá mu bi? A piece of kolanut dropped from a monkey's hand (while on a tree) and it claimed it gave the kolanut to those on the ground, what if it didn't give those on the ground; would it had come down for it (and expose itself to the risk of being caught or killed)?

Obì tó bá fara pamó̩, ló máa ńgbó. The kolanut fruit that hides itself is the one that grows to maturity.

Obìnrin kì í dàgbà jù ló̩wó̩ o̩ko̩ rẹ̀; bí eyín bá ku méjì lẹnu ìyá, o̩mo̩ge ni lójú baba. A woman is never too old to her husband; even if she's lost all her teeth, a maiden she remains to her man.

Obìnrin tí a bá fẹ́ràn, kì í ní àléébù. A woman one loves is deemed not have any blemish (or fault).

Obìnrin tí kò bá ńjowú, o̩bẹ̀ rẹ̀ kì í dùn. If a woman is not jealous, her soup would not be tasty.

Obínrin tí kò dára ní ilé ọkọ rẹ̀, kò lè dára ní ilé ọmọ rẹ̀, ìyàwò ọmọ rẹ̀, ni yóò máa bá ṣe orogún. A woman who had issues in her husband's house cannot be good in her son's house; she would become a rival to her son's wife.

Obìnrin tó bá ńgbó baálé ilé lẹ́nu, kì í gbé ilé ọhún di alẹ́. A woman who is disagreeable with her husband won't be long in the marriage.

Obìnrin tó l'ẹ́wà tí kò ní ìwà; ẹwà rẹ ti bàjẹ́, kò tí ì funra ni. The beauty of a woman who is beautiful, but ill-mannered is ruined already, she just hasn't noticed.

Òde ò ní dùn, kí onílé má re'lé. An outing cannot be so nice that one won't return home.

Odò kì í kún bo ẹja l'ójú. A river cannot be so full as to block the view of the fish.

Odò kó mi ní iṣu lọ, kò ṣeé rò ní ilé àna. The river washed away my yams is not a tenable excuse to give at one's inlaw's house.

Odò tí a gbọ́n gbọ́n tí kò gbẹ, à á fi sùúrù si ni. To scoop a river that one scooped over and again undepleted, needs patience.

Odò tó bá gbàgbé orísun rẹ, gbígbẹ ló máa gbẹ. A river that forgets (or ignores) its source would doubtlessly dry up.

Odò tó bá gbé igi ní ìbú, kò ní fi ara ire ṣàn. A river that carries a tree across its flow path, will not flow easily.

Odò tó ńṣàn, kì í b'ojú w'ẹ̀hìn. A flowing river never 'looks' back (or flows backward).

Òdú, kì í ṣe àìmọ̀ olóko. 'Odu' (a vegetable) is not unknown to the farmer.

Òfin tí a bá torí ẹrú ṣe, a kò lè tìtorí ọmọ dàánù. The laws made at the instance of slaves cannot be repealed at the instance of the free-borns.

Òfurufú kò ṣeé fi ẹ̀hìn tì. One cannot lean on the sky.

Ogbó ò lóògùn. There is no antidote to ageing.

Ògèdèngbé irọ́, kì í dá ni sí kọ̀rọ̀, gbangba ni í dáni sí. The headlong fall of a liar is not concealed but exposed to full view.

Ògiri létí; èyàn ló ńjẹ́ bẹ́ẹ̀. The walls have ears; this refers to people (eavesdropping).

Ògòdò tó máa fini ṣe ẹ̀sín, orí imú ló máa ti ńmu ni. The yaw infection that wants to put one to shame would afflict one right on the nose (where it would be visible to all).

Ogun àsọtẹ́lẹ̀, kì í pa arọ. A war announced well in advance never kills the lame.

Ogun ìdílé tó le le tí kò rò, ó ńránṣẹ́ pe tìta ni. An internal family feud that unresolvably festers is beckoning on external interference.

Ogún kì í pọ̀, ká pín fún aládùúgbò. An inheritance can't be so much that it would be shared to the neighbours as well.

Ogun ni í ṣi ni í mú, èpè kì í ṣi ni í jà. Only wars may wrongly pick captives, curses do not wrongly attack.

Ogun ò ní jà, kó pa onílù. A war cannot rage and kill the drummer.

Ogún ọdún tí a ti bí ewúrẹ́, ọmọ màlúù kì í ṣe ẹgbẹ́ ẹ rẹ̀. Even twenty years after it's birth, a goat is nothing compared to a calf.

Ogún ọmọdé kì í ṣeré gba ogún ọdún; ọgbọ̀n àgbà kì í ṣàṣàrò fún ọgbọ̀n oṣù. Twenty youngsters can't play together for twenty years as thirty elders can't hold discussions for thirty months.

Ogun tí olójúméjì rí tó sá, lolójúkan lóun ńlọ jà. The battle that someone with complete eye-sight runs from is the one a one-eyed person wants to join.

Ohun tí a bá fi ẹsọ̀ mu, kì í bàjẹ́, ohun tí a bá fi agbára mú, ni ńnini lára. What's gently handled presents no issue; it's what's hastily addressed that brings stress.

Ohun a ní là ńnáání, ìran aṣẹ́gità, a máa náání èpo igi, ìran alápatà, a máa náání eegun ẹran. We value what we have; wood sellers value the barks of trees and butchers do value beef bones.

Ohun gbogbo kì í tó olè. A thief is never contented.

Ohun gbogbo lẹ̀gàn; bóo ní ayé á wí, bóò ní ayé á rí sọ. You can be derided for just anything; people will talk whether you have or don't have.

Ohun gbogbo, ìwọ̀n ló dùn mọ. Moderation is important in all things.

Ohun ojú kò rí, kì í ba ọkàn jẹ́. Whatever the eyes have not seen cannot sadden the heart.

Ohun ojú ńwá, lójú ńrí. What the eyes seek for is what the eyes will see.

Ohun ọwọ́ mi ò tó, màá fi gọ̀ngọ̀ fàá, àbùkù ni í mú kanni. To incessantly quest after what's evidently beyond one's reach is to court shame.

Ohun tí a bá bò, ló ńníyì. What is covered up (or concealed) is what gets treated with honour.

Ohun tí a bá fi àbòsí kó jọ, kì í pẹ́ túká. Whatever is gathered through hypocrisy, hardly takes long before scattering.

Ohun tí a bá fi ara ṣiṣẹ́ fún, ni í pẹ́ lọ́wọ́ ẹni. What one labours for is what endures.

Ohun tí a bá fi ẹlẹ́mọ̀ṣọ́ ṣọ́, òun ló ńṣọ́. It is what a guard has been asked to guard that he ought to guard.

Ohun tí a bá fi sílẹ̀, lẹnu ewúrẹ́ ńtó. Whatever is left unattended is what the goat's mouth can get to.

Ohun tí a bá fún olè pamọ́, olé kì í jí i. A thief does not steal whatever he has been given to keep.

Ohun tí a bá fun sí fèrè, ni fèrè máa fun síta. Whatever one blows into a trumpet is what the trumpet blows out.

Ohun tí a bá gbìn, la óò ká. What we sow is what we reap.

Ohun tí a bá ṣe lónìí, ọ̀rọ̀ ìtàn ni bó d'òla. Whatever is done today, becomes history tomorrow.

Ohun tí a fi í níyì, ni a fi í tẹ́. What brings honour does also bring disgrace.

Ohun tí a kò bá fẹ́ kó bàjẹ́, ó ní bí a ti í ṣe é. There is how we handle whatever we do not want destroyed.

Ohun tí a kò bá jìyà fún, kì í t'ọjọ́. What has not been laboured for does not last.

Ohun tí a kò jẹ lẹ́nu, kì í rùn lọ́nà ọfun ẹni. What one has not eaten can't be reflecting in one's breath.

Ohun tí a ní, la fi ńkẹ́ ọmọ ẹni. We cherish our child with what we have.

Ohun tí àgbà bá rí lórí ìjókòó, tí ọmọdé bá gun orí igi kò lè ri. What an elder sees on a seat, a youngster on a tree cannot see it.

Ohun tí àgbàlagbà fi ńjẹkọ, ó wà lábẹ́ ewé. What an elder eats his corn meal with is beneath the leaves used to wrap the meal.

Ohun tí ajá rí tó ńgbó, kò tó èyí tí águntàn fi ńṣe ìran wò. What makes the dog barks, pales to what the sheep ignores.

Ohun tí aláìmọkan fi ńṣe ara rẹ̀ ló pọ̀. An ignorant person harms himself (or herself) in untold ways.

Ohun tí èyàn bá bá lọ sí ogun, lèyàn ńkọ'jú mọ. One ought to focus on whatever takes one to the battlefield.

Ohun tí èyàn kò bá rí, kì í rí èyàn lára. One does not get repulsed by what one has not seen.

Ohun tí èyàn kò bá ní, ló ńjọọ́ lójú. We place value on what we lack (or what's inaccessible to us).

Ohun tí èyàn ò bá ní í rà, kì í yọ owó rẹ̀. One should not be haggling the price of what one would not buy.

Ohun tí èyàn ò lè mójúkúrò, ńṣe làá ńmójútóo. One must pay close to attention to whatever one cannot ignore or let go.

Ohun tí ẹyẹ bá jẹ, l'ẹyẹ máa gbé fò. Whatever a bird eats is what a bird flies with.

Ohun tí eyín bá gé tì, apá èékánná kò ka. What the teeth is unable to cut is beyond the finger nails.

Ohun tí eyín ńjẹ, kì í ṣe àìmọ̀ ẹnu. What the teeth are chewing cannot be strange to the mouth.

Ohun tí kò bá sí lọ́jà, lẹrú ò lè jẹ. What is not available in the market is what a slave cannot eat.

Ohun tí kò bá tí ì dé, làyè ò gbà. What has not really happened is what there are no rooms for.

Ohun tí kò jẹ́ kí oko tóbi, ni kò jẹ́ kó mọ́. Whatever keeps the farm small is what keeps it from being clean.

Ohun tí kò pọ̀, ni kì í tó ó pín. What is not much is what would prove insufficient to share.

Ohun tí ọba bá sọ, abẹ gée. Whatever the king declares becomes the law.

Ohun tí odó bá ti dé, kó tún rí ọrun mọ́. Whatever the mortar covers, can no longer see the sky.

Ohun tí òkú bá rí ní isà, ikú ló báa wa. Whatever a corpse encounters in the grave is caused by death.

Ohun tí owó bá lù tí kò dún, kò lóhùn ni. Whatever money beats that made no sound, must be unable to produce sound.

Ohun tó bá dé bá ojú, ó ti dé bá imú. Whatever befalls the eyes has befallen the nose, as well.

Ohun tó bá máa bàjẹ́, kò gba ọgbọ́n, ilé tó máa wó kò gba ti ká fi igi tì í. What would be destroyed often does not get redressed with wisdom; a house about to collapse cannot be held back with supporting sticks.

Ohun tó bá sọ baálé ilé di ẹrú, ẹ béèrè lọ́wọ́ ìyàwó rẹ̀. The wife should be asked about whatever made a slave out of her husband.

Ohun tó bá tọ́ sí ojú, òhun la ńfún ojú. We ought to give to the eyes what befits them.

Ohun tó bá wun'ni la fi í yangàn. What we desire is what we reflect with pride.

Ohun tó dé, ló ní kí a wá rí òun; ìrìn òru ò yẹ ọmọ èèyàn. What happened is what asked to be attended to; it is improper to night-crawl.

Ohun tó fọni lojú, ni í júwe ọ̀ná fún ni. Whatever makes one blind is what points out the way to one.

Ohun tó gba'ṣọ l'ara onílé, ló fi abẹ̀bẹ̀ lé àlejò l'ọ́wọ́. Whatever deprives the host of his clothes is what gives a hand fan to the guest.

Ohun tó ká ni léyín, a kò gbọdọ̀ gbà kó fọ́ni lójú. One should not allow what removed one's teeth to further make one blind.

Ohun tó kọ ojú sí ẹnìkan, ẹ̀hìn ló kọ sí ẹlòmíràn, bí ìlù gángan. What faces someone backs another, like the talking drum.

Ohun tó máa ṣẹlẹ̀ sí èyàn, máa ńgbọ́n ju èyàn lọ ni. What would befall someone is typically wiser than him or her.

Ohun tó mójú àgbà jin kòtò, tí ọmọdé náà bá pẹ́ láyé ojú rẹ̀ á ri. With long life, a youngster will also experience whatever kept the eyes of elderly persons deep in their sockets.

Ohun tó mú kí ọlọgbọ́n sùn, tó faṣọ jóná, ló mú kí òmùgọ̀ sọ fún un pé ó sun àsùnpara. Whatever made a wise man to sleep and ended up with his clothes burnt was what made a foolish man to reprove him as sleeping unconscionably.

Ohun tó mú ọlọgbọ́n tó fi fi aṣọ rẹ̀ jóná, ló mú kí òmùgọ̀ bére lọ́wọ́ ẹ̀ pé báwo ló ṣe ṣeé. Whatever made a wise person to end up with burnt clothes was what made a foolish person question him about it.

Ohun tó ní òun yóò bẹ́ni lórí, bó bá ṣíni ní fìlà, ká dúpẹ́. If what threatened to behead one, removed one's cap, one should still be grateful.

Ohun tó ní òun yóò ṣeni lẹ́rú, tó bá wá ṣeni ní ìwọ̀fà, ká dúpẹ́. If what threatened to make one a slave, made one a bond-servant instead, one should be grateful.

Ohun tó ṣe àkàlàmàgbò tó fi dẹkun ẹrin rínrín, tó bá ṣe igúnnugún, á wokoko mórí ẹyin ni. If what took laughter away from the crow had befallen the vulture, it would've been stuck on its eggs.

Ohun tó ṣe olówó tó fi ńronú, tó bá ṣe tálíkà wọ́n á ti gbàgbé rẹ̀. If what worried the rich, had befallen the poor, he would have been forgotten.

Ohun tó wà lẹ́hìn ẹfa, ju èje lọ. What is beyond the number six is more than seven.

Ohun tó yẹni ló yẹni, okùn ọrùn ò yẹ adìyẹ; ó dẹ̀ yẹ adìyẹ, ẹni tó mú u dání lojú máa tì. There's what is proper and befitting; a tethering rope does not suit the hen; even if it does, the shame would be on the person holding the rope.

Ohun tó jọni la fi ńwéun; èèpo ẹpà jọ pósí èlírí. We compare like with like; groundnut pod looks like the coffin of the tiny mouse.

Òjò kì í rọ̀, kí ìrì tún sẹ̀. The dews cannot drop just after the rain has fallen.

Òjò kò mọ ẹni ọ̀wọ̀. Rain has no respect for a man of honour.

Òjò kò ní rọ̀, kó máà nípa. The rain cannot fall without leaving a mark.

Òjò ló pa àlapà tó fi di àmúgùn ewúrẹ́. The rain that fell on the broken wall is what made it an object of climbing by the goat.

Òjò ńkù onígbúre ńpalẹ̀mọ́, kíni kí elélùbọ́ ṣe? The cloud rumbles and the water-leaf seller packs up, what should the yam-flour seller do?

Òjò ńpa iyọ̀ òrí ńdunnú; kí òrí má yọ̀ láyọ̀jù, nítorí tí òjò bá ti dá òòrùn ńbọ̀. The shea-butter rejoices as the rain falls on the salt; the shea-butter should be modest, as once the rain subsides, the sun will be up (sun melts shea-butter).

Òjò ńrọ̀ lọ́wọ́, o ní kò tó ti àná; ṣé òjò ti dá ná ni? The rain is falling and you claim it's not as heavy as yesterday's; has the rain subsided?

Òjó ńrọ̀ sí kòtò, gegele ńbínú. The rain is falling into the ditch and the little hill is angry (or displeased).

Òjò ò bá ẹnìkan sọ̀tá, ẹni eji rí leji ńpa. Rain has no issue with anyone; it falls on whoever is exposed to it.

Òjò ò bá pa ìgbín, ọlá ìkarahun ni kò jẹ́. The rain would have drenched the snail, but for its shell.

Òjò pọn omi fún ọlẹ, kò ṣẹ'gi fún un. Rain provided a lazy person with water, but didn't provide him firewood.

Òjò tó ńrọ̀ tí kò dá, Ọlọ́run ló mọ oye ẹni tó lè pa. Only God knows how many people the rain that is falling would beat before subsiding.

Òjò tó rọ̀, ló jẹ́ kí àgò da ẹyẹlé pọ̀ mọ́ adìyẹ. The rain that is falling is why the pidgeon gets kept in the same cage with the hen.

Òjò tó rọ̀ sí ewúro, náà ló rọ̀ sí ìrèkè. The same rain that fell on the bitter leaf fell on the sugarcane.

Òjò tó rọ̀ sí oko alágbára, náà ló rọ̀ sí oko ọ̀lẹ. The same rain that fell on the farm of the diligent is the one that fell on that of the indolent.

Ojojúmọ́ kọ́ lọbẹ̀ obìnrin, máa ńdùn. It is not every day a woman's soup tastes delicious.

Òjòòjò kì í ṣe owó, kó má lè ná ọjà. Money cannot be so sick, as to be incapable of being involved in trading.

Òjòwù kì í lẹ́ran láyà, bó jowú títí kò lè yó. A person who is jealous cannot put on weight; however she feeds on jealousy she cannot be full.

Ojú abẹ kò ṣeé pọ́nlá. The sharpened side of a blade cannot be licked.

Ojú aláró kò rí ìsàlẹ̀ aró. Those dyeing clothes cannot see through the dyeing liquid to the base of the container.

Ojú àpá, kò lè jọ ojú ara. A scar cannot look like a normal skin.

Ojú bá ni rẹ́, ọrẹ́ ò dé inú. The eyes may seem friendly, but this may not be from the heart.

Ojú bí Ọlọ́run bá ṣe dá'ni, kì í ti'ni. One should not be ashamed of how God created one.

Ojú éni máa là, á rí ìyọnu. Whoever desires success will experience challenges.

Ojú iná kọ́, ni ewùrà ńhun irun. It would not be in the presence of fire that water yam would still maintain its 'hairy' appearance.

Ojú kan làdá ńní, tó fi ńroko àrojẹ, èyí tó bá lójú méjì, ti di idà, ẹ̀jẹ̀ ló sì ńmu. A cutlass has only one (sharpened) side with which it produces food; whichever cutlass has two sharpened sides has become a sword, which spills blood.

Ojú kan náà, lèwe ńbá àgbà. Youths eventually grow to meet up with elders.

Ojú kí ì fọ́, kí koto rẹ̀ parun. An eye cannot go blind and its socket will be destroyed.

Ojú kì í pọ́n ẹdun kó di ẹni ilẹ̀, ìṣẹ́ kì í ṣẹ́ igún kó d'ojúgbà adìyẹ. The monkey cannot be so much in lack as to dwell on ground and the vulture can't be impoverished as to be a companion of hen.

Ojú kì í pọ́n'ni, ká fi eérú mọ ilé; ìyà kan kò lè jẹ èyàn, ká wá fi àbúrò ẹni ṣe aya. One cannot be so impoverished as to plaster a house with ashes; one cannot be in so much penury as to marry one's sister.

Ojú kì í pọ́nni, ká fi pọ́n ilẹ̀. One can't be so impoverished that one will rub one's face on the ground.

Ojú kò ní rí arẹwà, kó má kí i. The eyes cannot see a beautiful woman and not 'greet' her.

Ojú kò ní rí iná aṣọ, kó má paá. The eyes cannot see the lice on clothes and not ensure it is killed.

Ojú kò ti oníṣẹ̀gùn, ó ní àna òun ńkú lọ. The medicine man has no shame; he announced that one of his parent-in-laws is dying.

Ojú là ńtẹ́ fún àlejò, kí a tó tẹ́ ẹní. The eyes are first laid out to a guest before the (reception) mat.

Ojú la ti ńmọ ọbẹ̀ tí kò l'épo l'ójú. The stew with insufficient oil will be obvious from its appearance.

Ojú làgbà ńya, àgbà kì í yá'nu. Elderly persons may speak without deference, but they ought not to speak without first thinking.

Ojú lásán, kọ́ ni ológbò fi ńdi ẹran ilé. To get the cat accepting domestication is not an easy task.

Ojú ló mọ ohun tó yó inú. The eyes know very well what (size of) food will satisfy the stomach.

Ojú ló ńkán àrẹ̀mọ tó ńdé fìlà, tó bá gorí ìtẹ́ bàbá rẹ̀, yóò dé ohun tó ju àrán lọ. The royal heir who is wearing a cap is simply in haste; he would get to put on far more than a velvet headgear when he ascends his father's throne.

Ojú ló ńkán ẹni tó ńlo tùràrí, kó sí ìgbà tí kò ní rùn. The person using a perfume is simply in haste; he or she will eventually smell (upon dying).

Ojú ló ńkán ìyàwó tó ńkọ ọkọ rẹ̀; ìgbà wo ni ikú ò ní yà wọ́n? The woman getting divorced from her husband is simply in haste; wouldn't they at some point be separated by death?

Ojú ló ńkán onírú, ológìrì kò ní sùn sí ọjà. The seller of locust beans condiment is merely in haste; the seller of melon seed condiment would not sleep in the market.

Ojú ló ńkán ọkọlóbìnrin; àlè méjì á jà dandan. A cheated husband is merely in haste; the illegitimate relationship will ultimately end.

Ojú ló ńkán owó tó sọnù, ìgbà wo ni níná ò ní kàn án tẹ́lẹ̀. The money that got lost is merely in haste; it would be spent, eventually.

Ojú ló pẹ́ sí, ìpàdé kì í jìnnà. A meeting date is not far off; it merely appears so.

Ojú ni màlúù ńrọ́, ọbẹ̀ ò dára l'ọ̀rùn. The cow is merely sticking it out; the knife doesn't look good on the neck.

Ojú olóbì, ni kòkòrò ṣe ńwọ̀ ọ́. Kolanuts become infested with pests in the presence of the owner.

Ojú ológbò, lèkúté ò gbọdọ̀ yan. The mouse dare not march around in the presence of the cat.

Ojú olójú, kò lè dàbí ojú ẹni. The eyes of someone else cannot be compared to one's eyes.

Ojú olóko ni àgbàdo ṣe ńgbó. The maize plant does get fully grown to the awareness of the farmer.

Ojú tí a fi í ríran, a kì í fi tẹ ilẹ̀. One ought not to step the ground with the eyes with which one sees.

Ojú tí kì í wo iná, tí kì í wo òòrùn; kì í ṣe ojú tí ńbá'ni d'alẹ́. The set of eyes that cannot view fire and the sun, is not the set of eyes that would last.

Ojú tí kò rí yànná yànná iná, yẹrẹ̀ yẹrẹ̀ oòrùn, kì í rí yìndìn yindin idẹ. A pair of eyes that won't endure the fiery flames of fire and the searing glare of the sun, can't enjoy the glittering (beauty) of brass.

Ojú ti ọrẹ́ mi, ojú kò tì mí, olúwa rẹ̀ kò lójútì ni. Whoever claimed his friend was put to shame, but he wasn't, certainly has no shame.

Ojú tí yóò báni kalẹ́, ki í ti àárọ̀ ṣe ipin. The eyes that will serve one until old age won't be rheumy while one is still a youngster.

Ojú tí yóò ròhìn ogun, kò ní kú sógun. A warrior who will tell war tales won't perish in battle.

Ojú tó bá ti rí ẹni rí, kò lè tún padà sọ pé òun kò mọ'ni mọ́. The eyes that once knew one cannot deny this knowledge.

Ojú tó pọ́n ò lè ran tábà. The reddened eyes cannot light up tobacco (or cigarrette).

Ojú tó rí ibi tí kò fọ́, ire ló ńdúró de. The eyes that didn't go blind upon seeing evil are waiting to see good.

Ojú tó rọ, ni irorẹ́ ńsọ. Only a face with tender skin gets assaulted by pimples.

Ojú tó ti rí òkun, kò lè bẹrù ọsà mọ́. Whoever had experienced the seas would no longer be moved by the lagoons.

Ojúbọrọ̀ kò ṣeé gba ọmọ lọ́wọ́ èkùrọ́. To extract the kernel from the palm kernel nut is not an easy task.

Òkè lọ́wọ́ afunni í gbé; ìsàlẹ̀ lọwọ́ ẹni tó ńgbàá í wà. A hand that gives is always at the top and the one that receives stays underneath.

Òkè òkè l'ẹmu ńru sí. Upward is how palmwine foams.

Òkèèrè lati ńké ìbòsí, má ti ọpá bọ'mí lójú. One has to shout about it while still afar off, if one does not want a protruding stick to be inadvertently poked into one's eyes.

Òkèlè gbígbẹ pẹlu irọrun, ó sàn ju wàrà tó kún fún ìyọnu lọ. Dry morsel with peace is better than milk that is full of stress.

Òkèlè gbòngbò máa ńfẹ ọmọ lójú ni. A large morsel (of food to be swallowed) puts a child under stress.

Ọ̀kẹ́rẹ́ bí nǹkan ọbẹ̀, ó lóun bí ọmọ. The squirrel has produced meat for soup (for some), but claims it has given birth to its offsprings.

Òkété bọ́ lọ́wọ́ ọdẹ tán, ó wá di ẹran o ní inárun. Having escaped from the hunter, the bush rat was derided as diseased.

Òkété já'ko, wọ́n ní kí gbogbo ọdẹ lọ fa ìbọn yọ, ṣe erin ni wọ́n fẹ́ pa ni àbí ẹfọ̀n. The bush rat escaped into the forest, and the hunters were asked to bring their guns; to hunt an elephant or a buffalo?

Òkété lóun fẹ́ gún iyán; ẹnu ihò òun ni kò gba odó. The bush rat says it loves to pound yam, but its burrow won't contain a mortar.

Òkété ní ọjọ́ gbogbo ni òun mọ̀, òun kò mọ ọjọ́ míràn. The bush rat says it knows every day (the present), but not another day (the future).

Òkété tó jáde lọ́ọ̀sán, fẹ́ fi ẹsín ara rẹ̀ han ni. The bush rat that shows up in the afternoon wants to expose itself to derision (as it is likely to be hunted and killed).

Òkìtì tí ọbọ ta tí kò nílárí, ni eégún ta tó ńgba owó rẹpẹtẹ. The same somersaulting that does not profit the monkey is the one that the masquerade does and receive a lot of money.

Oko dùn ńro, l'agbẹdẹ ṣe ńrọ ọkọ́. If farming were that easy, why do blacksmiths choose to make hoes?

Oko etílé, l'adìyẹ́ lè ro. Only the farms in the neighbourhood are the ones the hen can weed.

Oko kì í jẹ́ ti baba àti ti ọmọ, kó máà ní àlà. A farm can't belong to both father and son, and not have a line of demarcation.

Ọkọ́ ọlọ́kọ́ la fi ńgbọn èkìtì. Someone else's hoe is what is used to pack rubbish.

Òkò tí a bá bínú jù, kì í pa ẹyẹ. A bird does not get killed with a stone thrown in anger.

Òkò tí a sọ mọ́ ọpẹ òun ni ọpẹ ńsọ mọ́ eyan. The same stone one throws at the palm is the one the palm throws back at one.

Òkò tí ẹyẹ bá ti rí, kì í pa ẹyẹ. The missile already seen by a bird cannot kill the bird.

Òkú àjànàkú la ńyọ àdá sí; ta ní jẹ́ yọ agada lójú erin. Cutlasses may only be drawn at dead elephants; who dares draw a sword at a living one.

Òkú ẹkùn là ńfi ọwọ́ gbá nírù, tani jẹ́ súnmọ́ jagunlabí láàyè. The tail of a dead leopard is what one may tap, who dares near a living leopard.

Òkú ọdún mẹ́ta, ti kúrò làlejò sàréè. A three year old corpse is no longer a stranger to the grave.

Okùn kì í gùn títí, kó má ní ibi tí a ti fàá wá. A rope cannot be so long and not have a beginning.

Òkun kì í hó ruru, kí á wàá ruru. One should not paddle wildly in a stormy sea.

Okùn tó mú àparò lẹ́sẹ̀, ló sọọ́ di ẹgbẹ́ ẹyẹkẹ́yẹ nínú igbó. The rope that ensnared the partridge is what made it a peer of just any bird in the forest.

Òkùnkùn kò ní kùn, kí onínú má mọ inú. It cannot get so dark that one will not know what's going on in one's mind.

Olè kì í jà àgbà, kó má ṣeé lójú firí. An elderly person cannot get robbed without first having the premonition.

Olè ló mọ ẹsẹ olè ńtọ, lórí àpáta. Only a thief can recognise the footsteps of another thief on a mountain.

Olè tó bẹ́ gìjà sínú ilé onílé, bí onílé rí i bí kò rí i, gìjà rẹ̀ tún ku ẹkan. A thief that hopped into someone else's property, whether or not he is seen by the owner, still has one more hopping to do.

Olè tó gbé kàkàkí ọba, níbo ni yóò ti fun ún? Where will the thief who stole the king's bugle blow it?

Ológbò tó ńtú orí tàkúté ṣe, ẹran orí rẹ̀ ló ńwá. A cat that is eagerly tending to a trap is merely seeking to eat the bait.

Ológìnní lè lé ajá, tó bá rò pé ọmọ ẹkùn lòun. A cat that thinks it's a leopard's cub may dare to chase a dog.

Ológùńná kan, kì í rìn létí odò. A person with a single live coal ought not to walk by the river bank.

Ọlọ́jà kì í fẹ́ kí ọjà ó tú. The owner of a business would never want it disrupted.

Olójú kan kì í mọ'yì, Ọlọ́run à fi tí nǹkan bá gbọ̀n sí i. A person with a bad eye is seldom thankful to God, until a speck enters the good one.

Olómi ló máa rẹ̀, kò lè rẹ ẹni tó ńgba omi. Only the person giving water would get tired of giving; the person receiving water cannot be tired.

Oloore l'ore ńwọ́ tọ̀. Kindness follows the kind-hearted.

Olórí ilé tí ilé bá tú mọ́ lórí, òun ló lẹ̀bi ọ̀rọ̀. A family head in whose charge the family collapsed or became desolate is to be blamed.

Olówe l'aláṣẹ ọ̀rọ̀. Those with exceptional knowledge of proverbs have the mastery of a discourse.

Olówó kan láàárín òtòṣì mẹ́fà, òtòṣì ti di méje. A rich man in the midst of six poor men has turned the poor men to seven.

Olówó kì í ṣe Ọlọ́run, àṣírí rẹ̀ ló bò. A rich man is not God, he is simply favoured.

Olówó pe ìlù, tálíkà kọ̀ kò jó, ọjọ́ wo ló máa rówó pe tirẹ̀? A rich man paid for music and the poor man refused to dance; when would he be able to afford to pay for his own?

Olówó ta ńbá rìn táà yó, táa bá padà lẹ́hìn rẹ̀, ebi ò le è pani. The rich one moves with and one is not full, one cannot starve if one leaves him.

Olóyè kékeré, kì í ṣe fáàrí níwájú ọba. A junior chief should not be boastful in the presence of the king.

Olóyè lè kéré, ṣugbon oyè rẹ̀ kì í kéré. A chief may be small in stature, but his chieftaincy title is not small.

Olúkálùkù ló mọ bó ṣe ńrìn, tí ilẹ̀ fi ńṣú u. Everyone knows how he or she moves until night falls on him.

Olúwa lógbọ́n; ìyànjú lẹ̀dá ńgbà. Only God is wise; man simply makes attempts.

Omi adágún a b'èérí lójú, èyí tó ńlọ tó nbọ̀ ló ńmọ́. Stagnant water is replete with dirt; it's the flowing stream that remains clean.

Omi gbígbóná kì í pẹ́ lẹ́nu, nínú káa gbée mu tàbí káa tuú dànù, àá fọwọ́ mú'kan nínú u méjèjì. Hot water cannot be long in the mouth; either it is swallowed or spat out, one has to be chosen.

Omi kì í korò lẹ́nu, láì ní ìdí. Water does not taste bitter in the mouth without a reason.

Omi ló tán lẹ́hìn ẹja, tí ẹja fi di èrò ìṣasùn. The loss of water's backing is why the fish became an item in a cooking pot.

Omi ńṣàn ní ìdí ọgẹ̀dẹ̀, ọgẹ̀dẹ̀ ńsunkún omi. Water is flowing at the base of the plantain plant, yet it reflects the lack of water.

Omí ńwọ́ yanrìn gbẹrẹrẹ; bẹ́ẹ̀ni omi ò lọ́wọ́, omi ò lẹsẹ̀. Water drags sand (at the river bank or seashore) steadily; whereas it has no hands and legs.

Omi ò sọ pé òun yóò se ẹja jinná; ìnira ló dé bá omi. Water never intended cooking fish until done; water was indeed under stress.

Omi tí èyàn máa mu, kò ní ṣàn kọjá rẹ. A stream from which one would drink won't flow beyond one's reach.

Òní alágẹmọ kú sí ààrò, ọla alágẹmọ kú sí ààrò, tí ojú kò bá ti alágẹmọ, ó yẹ kí ojú ti ààrò. Each and every day, we hear that the charmeleon dies in the fireplace, if the charmeleon is not ashamed, the fireplace should at least be.

Òní ẹṣin dá baba; ọla, ẹṣin dá baba; tí baba kò bá yé ẹṣin í gùn, ọjọ́ kan l'ẹṣin máa dá baba pa. Each and every day, we hear that the horse threw the old man, if the man does not desist from horse riding, the horse would one day throw him to death.

Òní ẹtu, ọla ẹtu; ṣe ẹtu n'ìkan ló wà nínú igbó ni? Each and every day, we hear the problem is the deer; is deer the only animal in the forest?

Òní kò lè ba àná jẹ́, ọla kò sì lè ba òní jẹ́, ṣùgbọ́n ibàjẹ́ ọla, ọwọ́ òní ló wà. Today can't destroy yesterday and tomorrow can't destroy today, but the destruction of tomorrow is in the hands of today.

Òní la rí, kò sí ẹni tó mọ ọla. It is today we all know about, no one knows tomorrow.

Ọ̀nì ní ojú máa ńti òun láti gé nǹkan jẹ, tí òun bá sì ti gée jẹ tán, ojú máa ńti òun láti fi sílẹ̀. The crocodile says it is always shy to bite, but once it has bitten, it is always shy as well, to let go.

Oní ṣìná kì í ṣeun rere. Those involved in immorality seldom prosper.

Oníbárà ńbólè é bọ̀; a fún un lówó tán, ó tún ńyọjú wọlé. The street beggar, still peeking into the house despite collecting his alms is clearly beside himself.

Oníbàtà ló ńfojú di ẹgún; ẹni táa bá fẹ́ ló ńfojú dini. A man with shoes despises thorns; those we love are the ones who take us for granted.

Onígbá ló ńfi igbá ẹ̀ kó ilẹ̀, tí wọ́n fi ńpèé ní àkárágbá. The owner is the one who packs rubbish with his calabash, causing others to treat it as a flawed calabash.

Onígbèsè èyàn ti kú, a kò tí ì sìnkú rẹ̀ ni. A chronic debtor has died; he simply has not been buried.

Onígi ní ńfigi ẹ̀ d'ọ̀pọ̀. The firewood seller himself or herself cheapens his or her wares.

Oníjó tó bá jó mọ níwọ̀n, ló ńjó pẹ́; èyí tí kò bá jó mọ níwọ̀n, máa ńjó tẹ́ ni. A dancer who dances moderately is the one who dances for long, the one who doesn't would ultimately get disgraced.

Onírúuru aṣọ, làá rí lára alágẹmọ. Various types of outfits are donned by the charmeleon.

Onírúurú ọbẹ làá rí ní ojọ́ ikú erin. Various types of knives are seen upon the death of the elephant.

Oníṣẹ́ wà lóòrùn, ẹni máa jẹ wà níbòji. The worker works right inside the sun while the beneficiary is under the shade.

Oníṣu ni í mọ, ibi iṣú gbé ta sí. Only the farmer himself knows where the big yams are (on his farm).

Oníṣu ńjẹ iṣu rẹ, wọ́n ní ó ṣe ẹnu yán an yàn an; àti iṣu àti ẹnu, taló ni wọ́n? Someone is eating his yam and he is reproved for soiling his mouth; who owns the yam and who owns the mouth?

Onísùúrù ló ńfún wàrà kìnìún. Only a patient person can get to milk a lioness.

Oò ṣá igi lógbẹ́, oò ta ògùrọ̀ lọfà, o dé ìdí ọpẹ, o ńgbẹnu s'ókè, ṣé ọfẹ́ ló máa ńro ni? You neither cut an oil palm, nor punctured a raffia, yet you opened up your mouth under a palm for wine. Does it drip freely?

Oò wá sókú ìyá mi ṣeé gbọ́, èwo ni oò sunkún? You didn't come to my mother's burial may be a valid complaint, but not that you did not cry.

Òògun tí a kò bá fi owó ṣe, ẹ̀hìn àòrò ni í gbé. A charm we did not pay for is often kept at the fireplace.

Oókan ni wọ́n ńta ẹṣin lọrun, ó ku ẹni ti yóò lọ rà á. Horses are sold for one kobo (or quite cheap) in heaven, but who is prepared to go buy it?

Oore lópé, ìkà ò sunwọ̀n. It's kindness that pays, wickedness is not laudable.

Oore n'íwọ̀n; oore ni igún ṣe tó fi pá lórí, oore ni àkàlàmàgbò ṣe tó fi yọ gẹ̀gẹ̀ lọ́rùn. Kindness has limits; kindness is what gave vultures their bald-head, and crows their goitered neck.

Ooré pẹ́, aṣiwèrè gbàgbé. A favour long bestowed gets forgotten by the foolish person.

Oòrùn kì í ràn, kí inú bí olóko. The sun cannot rise and the farmer would be displeased.

Òòrùn tó kù lókè, tó aṣọ ọ́ gbẹ. The sun as is, is good enough to dry clothes.

Òótọ́ ọrọ, bí ìsọkúsọ ni. Truths often do sound stupid.

Opó tó ńronú ọkọ rẹ̀ tó kú, yẹ kó tún máa rántí ọkọ rẹ̀ tó kù. A widow, who is worried about the death of her husband should also remember her 'husbands' who are still alive.

Orí adìyẹ kì í burú, kó yé dúdú. A hen cannot be so unfortunate as to lay black eggs.

Orí alágbàṣe kì í burú, kí oòrùn má wọ̀. A labourer cannot be so unfortunate that the sun won't set (to mark the end of his work for the day).

Orí bíbẹ́, kọ́ ni oògùn orí fífọ́. Decapitation is not the antidote for headache.

Orí ejò lè kéré, ṣùgbọ́n kò seé fi họ imú. The head of a live snake may be small, yet it cannot be used to scratch the nose.

Orí ẹni ni í fini í jọba, iwà èyàn ni í yọ èyàn lóyè. One's destiny is what enthrones one a king, but it is one's character that dethrones one.

Orí igi tó wọ́, làá wà, táà rí èyí tó tọ́. It is while on the crooked tree that one would find the proper one.

Orí ju orí, kì í ṣe títóbi. To state that one head is bigger than another, it is not about the size.

Orí kì í padà di ìrù. The head never changes to become the tail.

Orí kì í tóbi, kí olórí má lè gbe. A head cannot be so big that the owner would be unable to carry it.

Orí la ti í mọ ẹja tó ti bàjẹ́. A fish rots from the head.

Orí ló ńdà*mú Ọlọ́runtówò; Ọlọ́runtówò kì í ṣe ajá k'ájá. Oloruntowo (name of a dog) is affected by its destiny; it is not really a questionable dog.

Orí màlúù tóbi jù fún ọmọdé láti fi mu gààrí. The head of a cow is well beyond what a youngster should take his (dried cassava flakes) meal with.

Orí ńlá kì í pá tán. A big head never wholly goes bald.

Orí ò mọ ibùsùn; ì bá tún ibẹ̀ ṣe láàárọ̀. No one knows his future for certain; else one would have prepared for it, ahead of time.

Orí ò ní kún kún, kí a pa ejò nínú rẹ. The hair on the head cannot be so bushy that a snake would be killed in it.

Orí ọ̀kẹ́rẹ́ konko l'áwò; bí a wí fún ọmọ ẹni á gbọ́. Here is the squirrel's head in the plate (of soup); a child should heed his parents' counsel.

Orí tí a fi şe èwe, şì ńbẹ lọ́rùn. The head one has as a youngster is still on one's neck.

Orí tó máa j'ọba, kò ní şàì jẹẹ́. A head destined to be a king, will definitely be crowned.

Orí tó máa yan gúgúrú, ọ̀run ló ti máa gbé agbada wá sí ayé. Whoever is destined to fry pop corns comes endowed with the needed frying pan.

Orí yéye ni í mògún, tàìşẹ̀ ló pọ̀. Of the many heads that get felled to Ogun (Yoruba god of iron), many are innocent.

Orí tí yóò jẹ ọgẹ̀dẹ̀ sùn, bí wọn gbé igbá iyán wá fun, yóó fọ́. A person destined to eat plantain for supper, if given a plate of pounded yam, he would break the plate.

Orí tó máa jẹ ìkó, bó dé fìlà irin, á şi. Even if the head of someone destined to receive knocks is covered with a cap of iron, he would remove the cap.

Orin tí a kọ lánàá, tí a kò sùn, tí a kò wo, a kì í tún jí kọ ọ́ láàárọ̀. The song one sang throughout yesterday without sleeping or resting is not a song one would start singing after waking up today.

Orin tí kò şòroó dá, kì í şòroó gbè. A song that is not difficult to raise would not be difficult to backup.

Oríşiríşi ọ̀bẹ là nrí, ní ọjọ́ ikú erin. All manner of knives show up upon the death of the elephant.

Òròmọadìyẹ kò mọ àwòdì, ìyá rẹ̀ ló mọ àşá. The chick is ignorant (of the risks portended) by the hawk; it is the mother hen that knows the kite.

Òròmọadìyẹ tó lóun ò fi tàşá se, ọsán gangan làşá yó gbe. A chick that shows no concerns for the kite would be picked up in broad daylight.

Òròmọdìẹ fò pùrù, wọ́n ní ẹran lọ. Şé kó má ti lẹ̀ wáyé ni? There was lamentation when a chick flew off. Should it not have been hatched at all?

Orúkọ méjì lèyàn ńní, ọ̀tọ̀ lorúkọ ojú, ọ̀tọ̀ lorúkọ ẹ̀hìn; nítorí orúkọ ẹ̀hìn ni káluku fi ńşọ́ ìwà ńhù. Everyone has two names: one name called to one's face and another called behind one's back; to be called a good name behind one's back is the reason everyone should have a good character.

Orúkọ rere, sàn ju wúrà àti fàdákà lọ. A good name is better than gold and silver.

Orúkọ rere ṣàgbà oyè. A good name is superior to ranks or titled positions.

Orúkọ tí a bá sọ ọmọ, ló ńmọ́ ọmọ lára. Whatever name is given to a child is what becomes natural to him.

Orúkọ tí a bá sọ ajá ẹni, lọmọ aráyé máa bá ni pè é. Whatever name one calls one's dog, that is the name others will call it, as well.

Orúkọ tó bá wu'ni là ńjẹ́ lẹ́hìn odi. One can bear whatever name one chooses at the outskirt of the town.

Òṣùpà kò mọ òde olòṣì, bó dé ilé ọlọ́rọ̀, a sì dé ilé ẹrú. The moon does not discriminate. If it shines over the house of the rich it would shine over that of a slave, as well.

Òṣùpà mọ ìwọ̀n ara rẹ̀, ni kò ṣe ńjáde lọọ́sán. The moon knows its limitation, which is why it doesn't show up in the afternoon.

Òṣùṣù ọwọ̀ la fi ńgbá ilẹ̀, ti ilẹ̀ fi ńmọ́. It is a bunch of broomsticks that is used to sweep the floor, clean.

Òtítọ́ dé ọjà ò kùtà, owó l'ọ́wọ́ ni wọ́n ńra ékè. Truths become slow selling, while lies are paid for in cash.

Òtítọ́ ọrọ korò. Truth is bitter.

Oúnjẹ kì í pẹ́ yán olóúnjẹ lójú, ni ọbọ ṣe fi oúnjẹ tí wọ́n fún un gbo ilẹ̀, á ní "Kiní burúkú yi tún lè fẹ́ gbàá padà". Food easily entices its owner, which is why monkeys rub the food given them on the floor saying "This wicked fellow may want to collect his food back!".

Oúnjẹ tí àá jẹ pẹ́, a kì í bu òkèlè rẹ̀ tóbi. One should be moderate in cutting the morsels of the food one will eat for long.

Oúnjẹ tí èyàn á jẹ pẹ́, kì í fi ọwọ́ mẹ́wẹ̀ẹ̀wá jẹẹ́. One ought not to eat the food one will eat for long with the ten fingers.

Òwe lẹṣin ọrọ̀, ọrọ̀ lẹṣin òwe; tí ọrọ̀ bá sọnù òwe la fi í wa. Proverbs are horses of words; if clarity is lost (in a discourse), proverbs are what would be used to find it.

Owó ìgbẹ́ kì í rún. Money made from handling faeces does not smell.

Owó ni í tún ara ṣe, kì í ṣe ọwọ́. It is money that beautifies the body not the hands.

Owó ní tí òun kò bá sí ní ilé, kí wọn má dámọ̀ràn nǹkànkan lẹ́hìn òun. Money insists that no idea should be discussed in its absence.

Owó tí a fi ra ẹ̀kọ rírọ̀, kì í jẹ́ kí a lè sọọ́ nù. Concerns for the money spent on an unduly soft corn meal won't let one throw it away.

Òwò tí ẹnikan ṣe tó jẹ gbèsè, lẹlòmíràn ńṣe láṣelà. The same business venture that gets someone into debt is what takes another into wealth.

Owó tí kò bá lè dáni ní gbèsè, kò lè lani. An amount of money insufficient to make one a debtor cannot enrich one, either.

Owó ti kò sí, jẹdí jẹdí kan ò lè gbà á. No degree of pile ailment can cause one to spend what one does not have.

Owó tí ọmọdé bá kọ́kọ́ ní, àkàrà ló fi ńjẹ, tó bá fi jẹ àkàrà lẹ̀ẹ̀kejì, kò yẹ kó lówó. A youngster's first income typically goes for frivolities, if the second income goes for frivolities, as well, he is undeserving of wealth.

Owó tó níye, àbùkù ti kàn án. A monetary sum that can be quantified no longer holds one in awe.

Owó tóbi, ṣùgbọ́n kò tó èèyàn. Money (or wealth) is crucial, but it's nothing like human relationships.

Oyún kì í pẹ́ nínú, kí á fi bí ẹrú. That a pregnancy is prolonged does not make the baby a slave.

CHAPTER 17

Ọ

Ọba kì í pé méjì lààfin. Kings are never up to two (reigning) in a palace at any one time.

Ọba kò tí ì bu ògùrọ̀, Aṣípa ńbu àgúnmu si ọwọ́. The king has not poured out the raffia wine, yet his chief is pouring the herbs into his palm (to use with the wine).

Ọba rán ni ní iṣẹ́, odò Ọbà kún, iṣẹ́ Ọba kò ṣeé kọ, odò Ọbà rèé, kò ṣeé ki orí bọ̀. The king sent one on an errand and the Oba river enroute, overflew its banks, yet the king's errand cannot be declined and the river cannot be crossed.

Ọba tí kì í fẹ́ gba ìmọ̀ràn, irú wọn kì í pẹ́ fi ẹsẹ̀ kọ. Any king who despises wise counsel, hardly takes long before stumbling.

Ọba tó fi ọnà èbùrú gba adé; ọ̀tẹ̀ ni yóò bá wàjà. A king who was enthroned through deception would be deposed through rebellion.

Ọba tó jẹ tí ilù tòrò, orúkọ rẹ̀ kò ní parẹ́; ọba tó sì jẹ tí ilù túká, orúkọ rẹ̀ náà kò ní parẹ́. A king who ushered in peace won't be forgotten; the one who brought desolation won't be forgotten, as well.

Ọba wà ní'lé, etí rẹ̀ wà l'óko. The king is at home, his ears are at the farm.

Ọ̀bẹ kì í dédé gé èyàn lọ́wọ́, bí a bá ṣe gbáamú ni. A knife doesn't injure anyone without a reason; it depends on how it is handled.

Ọ̀bẹ̀ kì í mì ní ikùn àgbà, inú tó bá gba ọmọ, yẹ kó lè gba ọ̀rọ̀. Soup does not churn in an elder's stomach; a stomach that can carry a foetus should be able to keep words (confidentially).

Ọ̀bẹ kì í mú, kó gbẹ́ èkù ara rẹ. A knife cannot be so sharp as to carve its handle.

Ọ̀bẹ ńwó ilé ara rẹ̀, ó l'òún ńba àkọ̀ jẹ́. The knife is pulling down its home and claimed it is destroying the sheath.

Ọ̀bẹ tán, ló ńgbẹ̀hìn màlúù. The stew has finished is what ends a (slaughtered) cow.

Ọ̀bẹ tí baálé ilé kì í jẹ, ìyàlé ilé kì í se. The soup a husband does not eat, his wife should not cook.

Ọ̀bẹ ti gé ọmọ lọ́wọ́; bí a bá tilẹ̀ ju ọ̀bẹ nu, ṣebí ọ̀bẹ ti ṣe ohun tó fẹ́ ṣe. A knife cuts a child's hand; even if the knife is thrown away; but surely the deed is done already.

Ọbẹ̀ tí kò pọ̀, kì í kan. A soup that is not much in quantity seldom goes sour.

Ọbẹ tó dùn, owó ló paá. A tasty soup costs money.

Ọ̀bọ ò gọ́ bíi ti ká fàá nírù; táa bá fàá nírù, ọmọ eranko á gé'ni jẹ. The monkey is not as stupid that its tail may be toyed with; whoever pulls its tail would be bitten.

Ọ̀bùn rí ikú ọkọ tìrànmọ́, ó ní láti ọjọ́ ti ọkọ òun ti kú, òun ò wẹ̀. The filthy woman hid under her husband's death claiming she has not taken her bath since her husband died.

Ọ̀dádá, kì í dá ọ̀ràn kan, kó ṣíwọ́. A troublesome fellow seldom stops at causing just one havoc.

Ọ̀dájú ló bí owó, ìtìjù ló bí gbèsè. Wealth results from boldness (of action), while deprivation is a consequence of timidity (or indecision).

Ọdẹ afifìlàperin, ọjọ́ kan ni iyì rẹ̀ ńmọ, tó bá di ọjọ́ kejì, ó ti di olóògùn ìkà. A hunter who killed an elephant with a mere cap would be praised for just one day; thereafter he would be seen as a wicked sorcerer.

Ọdẹ tí a fi ṣọ́ ilé, ni í pani lẹ́ran jẹ. The guard hired to watch over the house is the one stealing one's domestic animals.

Ọdẹ tó bá ṣiyèméjì, òun lẹranko ńpa. Only an indecisive hunter gets killed by an animal (in the forest).

Ọdẹ tó gbọ́n, ló ńpa erin nínú igbó. Only a sharp hunter is able to kill an elephant in the forest.

Ọdẹ tó lọ sí oko tí kò mú ẹran wálé, lobìnrin ńkọ́ bí wọ́n ṣe ńyin ìbọn. A hunter who brought no games home is the one whose wife would attempt to give gun-handling lessons.

Ọdẹ tó ńbọ́ ṣòkòtò l'ẹ́ẹbá ọnà, ẹ má bawí, ọmọ ìjàlọ ni kí ẹ bi. The hunter who is removing his pants by the road side should not be cautioned; it is the soldier ants (in his pants) that should be questioned.

Ọdún mẹ́ta tí rélùúwè ti ńsáré, ẹkú iwájú ló máa kí ilẹ̀. Even after being in motion for three years, the train would always find the ground (or its tracks) still well ahead.

Ọ̀fọ̀ọ̀n ti tọ́ sí gbẹ̀gìrì, kí olúkálukú kó ẹkọ rẹ̀ lọ́wọ́. The mouse has urinated into the bean soup; everyone should hold on to his corn meal.

Ọ̀gá l'aáyán tó dá'gbádá, alántakùn tó fi ayé rẹ̀ ta òwú, aṣọ kí ló fi dá? The cockroach is way ahead for having a top robe; the spider spins threads all its life, yet what clothes came out of them?

Ọgbọ́n àgbọ́njù, ni í pa òdù ọ̀yà. Unbridled craftiness is what kills the grasscutter.

Ọgbọ́n inú la fí ńpa ẹmọ́, àyà gbàngbà la fí ńpa ejò, pẹ̀lẹ́ kùtù la fí ńroko abẹ́ ọpẹ. One ought to kill the stripped rats with wisdom, the snakes with boldness and weed the base of palm trees with patience.

Ọgbọ́n ju agbára lọ. Wisdom is better than strength.

Ọgbọ́n kì í tán láyé, kí a wa lọ ọ̀run. Wisdom cannot be so exhausted in the world that one would go looking for it in heaven.

Ọgbọ́n kì í tán. There is no end to wisdom (or learning).

Ọgbọ́n layé gbà. To live in this world (successfully), requires wisdom.

Ọgbọ́n lọlọ́gbọ́n fi ńjẹ àgbọn, kó má báa hú u ní ikọ́. A wise person eats his coconut with wisdom, so that he does not end up with cough.

Ọgbọ́n ni í ṣẹ́gun; ìmọ̀ràn ní í ṣẹ́ ẹ̀tẹ̀. Wisdom wins battles and knowledge defeats rebellion.

Ọgbọ́n kò nílé, ibi tó bá wùú ló lè yà sí; a máa ya ilé òmùgọ̀ lẹ́ẹ̀kànkan. Wisdom has no home; it stops over wherever it pleases; it does visit a fool, once in a while.

Ọgbọ́n ọdún, ni wèrè ìgbà míràn. The wisdom of one age is the foolishness of another.

Ọgbọ́n ọgbọ́n, ẹsọ̀ ẹsọ̀, làgbàlagbà fi ńsá fún màlúù. It is with wisdom and patience that an elder runs from a cow.

Ọgbọ́n olè ni, nígbàtí ọmọ ìyá méjì pa ẹran ọ̀yà méjì, tí ẹ̀gbọ́n ní kí àbúrò tún lọ mú ọbẹ wá, kí wọ́n wá pín ẹran; kíni wọ́n tún fẹ́ pín? It is a crafty ploy to cheat, when two maternal brothers (went hunting and) killed two grasscutters, yet the elder of the two asked the junior one to go fetch a knife to be used to share the games; what else are they sharing?

Ọgbọ́n ọlọ́gbọ́n la fi ńṣọgbọ́n, ìmọ̀ràn ẹnìkan kò tó bọ̀rọ̀. We should use the good wisdom of others where possible; the ideas of one person are often insufficient.

Ọgbọ́n ọlọ́gbọ́n, ni kì í jẹ́ kí a pe àgbà ní wèrè. By wisely adopting and using the wisdom of others, an elder does not get seen as stupid.

Ọgbọ́n pẹ̀lú sùúrù, la fi ńmú erin wọ ìlú. It would take both wisdom and patience to get an elephant into the city.

Ọgbọ́n tí a fi ńkọ́ ilé, kò tó èyí tí a fi ńgbé e. The wisdom required to acquire a house, pales compared to that required to live in it.

Ọgbọ́n tí obìnrin fi ńlọ́kọ, kò tó èyì tó fi ńgbé ilé ọkọ náà. The wisdom a woman needs to marry is nothing to what she needs to keep her home.

Ọgbọ́n tí ọkùnrin fi ńfẹ́ ìyàwó, kò tó èyí táa fi bá a gbé. The wisdom a man needs to marry is nothing to what he needs to live with the wife.

Ọgbọ́n tí ọpọlọ́ fi pa ẹfòn ló fi ńjẹ ẹ́. The same wisdom that the frog uses to kill the mosquito is what the frog eats the mosquito with.

Ọgbọ́n tó bá fo igi, tó bá fo ọ̀pẹ, ẹ̀hìnkùlé agọ̀ ló máa rébọ̀ sí. Whatever wisdom that leaps over a tree and leaps over a palm, typically ends up in the domain of stupidity.

Ọgẹdẹ dúdú kò yá á bùṣán, ọmọ burúkú ò yá lùpa. As unripe plantains cannot be easily eaten, so a stubborn child cannot be easily beaten to death.

Ọ̀gẹ̀dẹ̀ dùn tó bá pọ́n, sùgbọ́n tó bá pọ́n láàpọ́njù, oúnjẹ ni fún ẹyẹ oko. Banana is sweet when ripe, but when it is overripe it would become food for the birds.

Ọgẹdẹ kì í gbé odò, ya àgàn. The plantain plant, when planted by the river bank is seldom barren.

Ọ̀gẹ̀dẹ̀ lọ̀rọ̀, tí kò bá pọ́n, kó rọ̀, ko ṣeé sọ. Words are like plantain, if they are not ripe and soft, they cannot be discussed.

Ọ̀gẹ̀dẹ̀ wo kòkó yè tán, ó wá di igi burúkú lójú olóko. Having sustained the cocoa plant, the plantain plant became offensive to the farmer.

Ọ̀gọ́ tà ọ̀gọ́ kò tà, owó aláàrú á pé. Whether or not the wares of a hired hand are sold, his wages must be paid in full.

Ọjà àgbèrè kì í pẹ́ tú. Adulterous relationships seldom last.

Ọjà Òyìngbò, kò mọ̀ pé ẹnìkan kò wá. The Oyingbo market is oblivious of the absence of anyone.

Ọjà tí a bá fi owó ra, owó ló yẹ ká fi pa. One should be able to sell for money (or profit) whatever has been purchased with money.

Ọjá tí yóò gbéni lọmọ yí ilẹ̀, ńṣe làá tún un so. A swaddling sash that would cause a child one backs to fall, ought to be re-tightened.

Ọjọ́ gbogbo kọ́ lọdẹ ńpa ẹran. It is not every day that a hunter gets to catch games (on hunting expeditions).

Ọjọ́ gbogbo ni ti ẹja, ọjọ́ kan ni ti ìwọ̀. Every day is for the fish, one day for the fish-hook.

Ọjọ́ gbogbo ni ti olè, ọjọ́ kan ni ti oníhun. Every day is for the thief, one day for the owner.

Ọjọ́ kan là ńbàjẹ́, ọjọ́ gbogbo lara ńtini. One gets disgraced in just one day, but the shame persists through many days, thereon.

Ọjọ́ kì í pẹ́, kó máà dé, à fi àìmọ̀ọ́kà. A set date cannot be so far off and not come to pass, except there's an error in its counting.

Ọjọ́ mélòó la ó lò láyé, tí àá fi ńwọ ẹwù irin? How long would one live on the earth, that one would don the garb of iron?

Ọjọ́ tí a bá kọ́ iṣẹ́, la ńkọ́ ìyára. While learning a task, is the time one learns to be fast and efficient with it, as well.

Ọjọ́ tí a bá fẹ́ pa àràbà, là ńrántí àdá tó mún, ọjọ́ tí ogun bá le, là ńrántí ọmọ líle. We remember the sharp cutlass, when we want to cut the silk cotton (a big) tree; we remember the stubborn fellow, when the war gets ferocious.

Ọjọ́ tí a bá rí ibi, ni ibi ńwọ ilẹ̀. Whatever day a placenta is seen, that is the day it is buried.

Ọjọ́ tí a gùn, kọ́ la ńkan ọrun. It is not the day one grows tall that one reaches the sky.

Ọjọ́ tí a ó bàá nù, gágá lara ńyá'ni. One would be unduly excited on a day one is about to get lost.

Ọjọ́ tí gbòǹgbò bá kọ alágbára lẹ́sẹ̀, ló ńdi fífàtu. The day a tree stump trips a strong man is the day it would be uprooted.

Ọjọ́ tí ìlù bá ńlu onílù, iṣẹ́ míràn yá. When the drum begins to beat the drummer, it's time to change vocation.

Ọjọ́ ti ọmọdé nàró, kọ́ ni í rìn. It is not the day a baby stands up for the first time, that he or she walks.

Ọkàn ẹni tí kò lórúnkún ẹjọ́, kì í fẹ́ ìyàwó méjì. Whoever has no gut for trouble won't marry two wives (or dabble into polygamy).

Ọkàn ríran, ju ojú lọ. The heart can see farther than the eyes.

Ọ̀kàndínlógún tó lóun ò bá oókan ṣe, à ti di ogun rẹ á nira. The number 19 that refused to be associated with 1, it's becoming 20 would be difficult.

Ọ̀kánjúwà àgbà, ni í sọ ara rẹ́ di èwe. Only a greedy adult is willing to behave as a child (in order to curry favour).

Ọ̀kánjúwà baba àrùn. Greed is the worst of all diseases.

Ọ̀kánjúwà pẹ̀lú olè, déédé ni wọ́n jẹ́. Greed and stealing are one and the same.

Ọ̀kánjúwá pín ẹgbàfà nínú ẹgbàje; ó ní kí wọ́n tún pín ẹgbàá kan tó kù, bóyá igba tún lè kan òun. Greed was apportioned 12,000 out of 14,000; he wants the balance of 2,000 to be further shared, perhaps he may still get up to 200 out of it.

Ọ̀kẹ́rẹ́ gun orí ìrókò, ojú ọdẹ dá. The squirrel has climbed up the African teak tree, leaving the hunter deflated.

Ọ̀kẹ́rẹ́ tí yóò gun igi ọ̀gẹ̀dẹ̀, ẹ́ẹ́kánná rẹ̀ yóò mú ṣáṣá. A squirrel that wants to climb the plantain tree must have sharp claw nails.

Ọkọ wọ́n lóde, ni ọ̀pọ̀lọ́ ṣe gbẹ tirẹ̀ sí ẹhìn. Husbands are scarce, which is why frogs back theirs.

Ọkọlé kò mu re àjò. The owner of a house cannot take the house along on a trip.

Ọ̀kọ̀ọ̀kan là ńyọ ẹgún lẹ́sẹ̀. Thorns must be removed from the foot one at a time.

Ọ̀kọ̀ọ̀kan là ńyọ ẹsẹ̀ lábàtà. Legs must be pulled out of mud, one at a time.

Ọ̀kọ̀ọ̀kan lèyàn ńgbé òkèlè; ẹní bá gbé méjì, ojú rẹ̀ á ja. Food morsels are swallowed one at a time; whoever swallows two would find it stressful.

Ọ̀kọ̀ọ̀kan lọwọ̀ ńyọ. Broomsticks drop off the broom one at a time.

Ọ̀kùn mọ ọnà tẹ́lẹ̀, kí ojú rẹ̀ tó fọ́. The millipede used to know the way, before it went blind.

Ọkùnrin l'àdá ọkùnrin l'àkọ, ẹni tó múu dání gan an, ọkùnrin ni. The cutlass is manly (courageous, bold), its sheath is manly and its holder is manly, as well.

Ọkùnrin rí ejò obìnrin paá, bí ejò bá ti kú, ọ̀ràn bùṣe. A man finds a snake and a woman kills it; once the snake is dead, that settles it.

Ọkùnrin tí ìyàwò rẹ̀ ńbọ́, imí ní ńjẹ. A man who is living off his wife is eating faeces.

Ọkùnrin tó ńsun ilé àna rẹ̀, orí àkìtàn ló ńsùn. A man housed by his in-laws is sleeping on a refuse dump.

Ọkùnrin tó ńwọ aṣọ ìyàwò rẹ̀, ìhòhò ló ńrìn. A man clothed by his wife is walking around, naked.

Ọlá abàtà ni í mú odò ó ṣàn, ọlá baba ọmọ ni í mú ọmọ ọ́ yan. As the bank spurs the flow of a river, so the glory of a father inspires his son.

Ọlá Ọlọ́run kì í tán. God's blessing never runs out.

Ọ̀lẹ kì í jìyà ọnà méjì; tí kò bá lápá, á lẹ́nu. An indolent cannot suffer on two grounds; if he lacks strength, he would be boastful.

Ọlẹ ṣu, ó kàá kún iṣẹ́. A lazy man defecates and regards this as work.

Ọlẹ̀lẹ̀ tó bá wọ inú ẹ̀kọ, kò tún jáde mọ́. The steamed bean cake that get's mixed with the corn meal becomes inseparable from it.

Ọlọ ò lọ, ló dé Ìbarà; Ìbarà a máa ṣe ilé ọlọ. The grindstone did not leave, yet it is at Ibara town, already. Is Ibara the place for grindstones?

Ọlọ́dẹ kì í tìtorí atẹ̀gùn, yìn ìbọn. A hunter does not shoot (his gun) because of the wind.

Ọlọ́gbọ́n di orí ẹja mú, òmùgọ̀ di ìru rẹ̀ mú. A wise man grabs the head of a fish while the fool grabs its tail.

Ọlọ́gbọ́n kan kò lè takókó omi sí etí aṣọ. No matter how wise a person is, he cannot knot some water in the hem of a cloth.

Ọlọ́gbọ́n ló lè mọ àdììtú èdè. Only a wise person can understand the complexities of language.

Ọlọ́gbọ́n ni yóò kíyèsi; aṣiwèrè á ní kí ló ṣẹlẹ̀? A wise person would notice it; a fool would wonder what happened.

Ọlọ́gbọ́n nií fi ọ̀ràn elòmíràn kọ́gbọ́n, òmùgọ̀ á fi tirẹ̀ kọ́gbọ́n. A wise person learns from the experiences of others, while a fool learns from his or her own experience.

Ọlọ́run á mú olè, ṣùgbọ́n òtútù á pa aláṣọ. God would apprehend the thief (eventually), but the owner (of the stolen clothes) would experience cold.

Ọlọ́run kì í ṣe nǹkan, kó má fi àyè ọpẹ́ sí i; tó bá pá baba lórí, a sì fi irùngbọn rọ́pò. God never does a thing, without the rationale for thanksgiving; if he makes a man bald, he would give the beard in replacement.

Ọlọ́run kò tí ì dá, ẹni tí kò lè mú. God has not created the person He cannot apprehend (if need be).

Ọlọ́run ló máa dájọ́, afeyínpẹ́ran. Only God can redress the injustice by one who shares meat with his teeth.

Ọlọ́run nìkan, ló mọ ẹjọ́ dá. Only God can truly and properly adjudicate a matter.

Ọlọ́run ò dá kainkain kó tóbi, àtapa ni ì bá máa ta èèyàn. God didn't create the ant big; it would have been stinging people to death.

Ọlọ́run ò ṣe'bi, èyàn ni kí a bẹ̀. God does no evil, it's man that should be appeased.

Ọlọrun tó dá ajá tí ńjẹ egungun ẹran lóríko, òun náà ló dá èyi tó ńwọ ìjàkáàdí lẹhìn Ìgbẹtì. The same God who created the dog that's cracking bones on the field is the one who created the one wrestling by Igbeti's surburb.

Ọlọrun tó dá ẹnu, ti dá ohun tí kálukú máa fi síi. God who created the mouth had also created what we would all be putting into it.

Ọlọrun tó dá Rájí eléwé, òun náà ló dá Rájí aláṣọ. The same God who created Raji (name of a person) who wears leaves is the one who created another Raji who wears clothes.

Ọlọrun tó ńse ọbẹ, kò kúrò ní ìdí ààrò. God, who is cooking the soup has not left the kitchen.

Ọlọtọ wipe ti oun ọtọ; ìyá rẹ kú ní ilé, ó fi ránṣẹ sí oko. Ọlọtọ says his case is different; his mother died at home and he sent the corpse to the farm.

Ọmọ àìjọbẹrí, ló ńja epo sí àyà. Only a child new to eating stew soils his chest with it.

Ọmọ àjànàkú kì í ya ìrá, ọmọ tí ẹkùn bá bí, ẹkùn ló máa jọ. The offspring of an elephant cannot look like that of a monkey; the offspring of a leopard must look like a leopard.

Ọmọ àlè, lo ńfi ọwọ òsì tọka, sí ilé bàbá rẹ. Only an illegitimate child (figuratively) points out his father's house with a left hand.

Ọmọ aṣòótọ Ìlọkọ ni í sun ilẹẹlẹ, purọ purọ wọn, ni í górí ẹṣin. The people of integrity of Iloko town sleep on the floor; its liars ride on horses.

Ọmọ burúkú lójọ tirẹ. A lousy fellow has his day (when he would be sorely needed).

Ọmọ ẹni kì í dàgbà, kó kojá à ti báwí. One's child cannot outgrow being reproved.

Ọmọ ẹni kì í dára dára, kí á fi ṣe aya. One's daughter cannot be so beautiful that one would take her for a wife.

Ọmọ ẹni kò lè burú títí, kí a lé e fún ẹkùn pajẹ. One's child cannot be so troublesome that one would chase him to be killed by a leopard.

Ọmọ ẹni kò lè ṣe ìdí bẹbẹrẹ, kí a wá kó ìlẹkẹ sí ìdí ọmọ ọlọmọ. One cannot adorn the waist of another child with beads, simply because one's child has a big waist.

Ọmọ ilẹẹlẹ, tí wọn bá gbée sí orí ẹni, á padà yí sílẹ ni. Even if one places the child destined for the floor on a mat, he would still roll back unto the floor.

Ọmọ ìyà méjì, kì í rí ewèlè. Two maternal siblings should not both be seeing elves (or monsters).

Ọmọ kì í dàgbà, lójú ìyá rẹ̀. A child never grows up to his (or her) mother.

Ọmọ kì í sọ nǹkan nù, kí a fi ọwọ́ raá lórí. A child cannot lose something and he would be praised.

Ọmọ kì í pa ọmọ j'ayé. A child does not kill another to live.

Ọmọ máa kú, ọmọ máa yè ni, àá ṣì kí ìyá rẹ̀ kú ewu ọmọ na. Whether or not a new-born baby would die or live, his mother should at least first be congratulated.

Ọmọ mi, ọmọ mi, tí í pa Ọláifá; Ọláifá kú tán, àwọn ọmọ rẹ̀ ńṣe fàájì kiri. Inordinate concerns expressed by Olaifa (a hypothetical fellow) for his children, eventually led to his death; as soon as he died, the children were busy enjoying themselves.

Ọmọ ọba kan, kì í fi agídí fẹ́ obìnrin. A prince does not coerce a woman into a relationship with him.

Ọmọ ọba kan, kì í jayé ọba bí ẹrú. A prince does not enjoy the privileges of royalty like a slave.

Ọmọ ọba kò gbọdọ̀ kánjú wo ìran olè, nítorí ààfin náà ni wọ́n yóò ti dájọ́ rẹ̀. A prince should not be in haste to watch a thief being apprehended as the matter would still be settled at the palace (where he would be present, if he wants).

Ọmọ ọlẹ làyè ò lè gbà, ibi gbogbo ló gba alágbára. Only a lazy person has issues coping, every situation suits a hardworker, just fine.

Ọmọ ọlọ́mọ, ni a máa ńrán ní iṣẹ́ dé tòru tòru. Someone else's child is the one typically sent on errands involving moving at night (and fraught with risks).

Ọmọ ọsàn, ni í jẹ́ kí wọ́n kó pọ́ńpó bá ìyá rẹ. The fruits on an orange tree are the ones that caused the tree to be assaulted with batons.

Ọmọ ọsàn, ni í jẹ́ kí wọ́n sọ òkò lu ìyá rẹ. The fruits on an orange tree are the ones that caused the tree to be pelted with stones.

Ọmọ tí a bá bí fún ojú, á máa mọ ìran án wò. An offspring of the eyes will know how to look.

Ọmọ tí a bí nínú ọgbà, kì í ṣi iṣu yọ. A child born by the farm barn cannot have issues plucking yams out of the barn.

Ọmọ tí a kò tọ́, ni yóò gbé ilé tí a kọ́ tà. A child not properly raised would sell off one's house, eventually.

Ọmọ tí ayé bí, láyé ńpọ̀n. The world must back its offsprings.

Ọmọ tí ẹnu ò bá ká, aṣọ kànkan ò lè ka. No amount of cloth will be sufficient for a child who spurns good counsels.

Ọmọ tí kò bá gbọ́ ẹnà, a kì í f'ẹna ba s'ọ̀rọ̀. The Yoruba covert language is not to be spoken to a child who doesn't understand it.

Ọmọ tí kò bá mọ ọtá iyá rẹ̀, kò le mọ ọ̀rẹ́ ìyá rẹ̀. A child, who does not know his mother's enemies will not know her mother's friends, as well.

Ọmọ tí kò ní'yàn, ni í jọ bàbá ọmọ. The paternity of a child who resembles his father cannot be in contention.

Ọmọ tí kò bá sọ pé ẹnu àgbà ńrùn, yóò jẹun àgbà kalẹ̀. A youngster who won't despise the words of elders would remain favoured with their wisdom, for long.

Ọmọ tí wọ́n pọn, kò mọ̀ pé ọná jìn. A child backed (by someone) does not appreciate that the destination is far.

Ọmọ tó bá gbọ́n, ló ńfi ọrọ̀ lọ àgbà. Only a wise youngster seeks counsel from the elderly person.

Ọmọ tó bá mọ ọwọ́ ọ̀ wẹ̀, yóò bá àgbà jẹun. A child that knows how to wash his hands will eat with the elders.

Ọmọ tó bá ńmu omi nígbà tó ńgún iyan, ó ṣetán à ti jẹ iyán oníkókó. A youngster who keeps pausing to drink water while pounding yam is prepared to eat pounded yam that has lumps.

Ọmọ tó bẹ kò lágbo, ọrọ̀ burúkú làgbo rẹ̀. An obtrusive child needs no decoction, but a nasty reprimand.

Ọmọ tó gé ìyá rẹẹ́ lẹ́hìn jẹ, ó ṣòro ó gbà pọ̀n. It is tough offering to back a child who had bit his mother when backed by her.

Ọmọ tó máa ga, ẹsẹ̀ rẹẹ́ á tínrín. A child, who would grow tall would have slim legs.

Ọmọ tó mọ́ ìyá rẹ̀ lójú, òṣì ni yóò ta ọmọ náà pa. A child, who looks at his mother with disdain, beckons on interminable poverty.

Ọmọ tó ńbérè lọwọ bàbá rẹ, bí àmàlà ṣe dí kókó, fẹ gbọ ìtàn bí ìyá rẹ ṣe lọ ni. A child, who is questioning his father on how the yam flour meal became lumpy, wants to hear the story of how his mother left (his father).

Ọmọ tó ní bàbá òun kò là, tó ní bàbá òun kò l'ówó l'ọ́wọ́, ẹnu rẹ̀ ló wà yẹn. A child, who wonders why his father is not wealthy and rich would soon discover why.

Ọmọ tó ní ìyá òun kò ní sùn, òun náà kò ní fi ojú kan orun. A child, who swore his mother won't sleep would have to remain awake, as well.

Ọmọ tó ní tí òun bá dàgbà, orí eyelé lòun máa máa jẹ, orí eyelé ọhún kò ní jẹ́ kó dàgbà. A child, who insists that he would be eating pigeons' heads, once grown up, would find that those same pigeons won't let him grow up.

Ọmọdé gbọ́n, àgbà gbọ́n, la fi dá ilẹ̀ Ifẹ̀. The wisdom of both the youth and elders were used to redeem Ife town.

Ọmọdé kékeré kò mọ ogun, ó ní k'ógun ó wá, ó ní b'ógún bá dé, òun a kó s'íyàrá ìyá òun. A youngster ignorant of its impact, beckons on war, claiming he would simply escape into his mother's room when war comes.

Ọmọdé kò lè mọ ẹkọ ọ́ jẹ, kó má ráa lọ́wọ́. A child cannot be so good at eating corn meal and not soil his hands with it.

Ọmọde ló ńsọ pé obì so, àgbà ló ńsọ pe obì gbó. A youngster is able to identify that a kolanut tree has fruits, only an elder is able to declare whether or not the fruits are matured.

Ọmọdé ò j'obì, àgbà ò j'oyè. If the youths are not provided with kolanuts, the elders cannot hope to become chiefs.

Ọmọdé ò mọ oògùn, ó ńpè é lẹ́fọ́; kò mọ̀ pé ikú tó pa baba òun ni. A youngster, ignorant of charms (in a pot), imagines it to be a vegetable soup; he is oblivious that this is what killed his father.

Ọmọdé tó bá bọ̀wọ̀ fún àgbà, á pẹ́ lórí ayé. A youngster who respects elders would live long on the earth.

Ọmọdé tó bá ní ará ijọ́ ọhún gọ, bàbá rẹ lo ńbú. A youngster who castigates older generations as stupid is abusing his father.

Ọmọdé tó fẹ́ mọ oríkì àgbà, á ní ọpọ̀lọpọ̀ sùúrù. A youngster who wants to learn the eulogies of an elder would need to have a lot of patience.

Ọmọdé tó fi àárọ̀ gba kámú, iṣẹ́ ni yóò pa á. A youngster who is complacent early in his life, toys with penury.

Ọ̀mọ̀ràn kan, kì í fi ara rẹ̀ joyè. No knowledgeable person can unilaterally make himself a chief.

Ọ̀mọ̀ràn ní ńmọ oyún ìgbín. Only a knowledgeable person would know when a snail is pregnant.

Ọmùtí gbàgbé ìṣẹ́; alákọrí gbàgbé ọla. A drunkard forgets his misery; an unserious person forgets his future.

Ọmùtí t'òun wèrè, ẹgbẹ́ ni wọ́n. A drunkard and a mad person are on the same level.

Ọna àbáyọ l'òògùn ìbànújẹ́. Discovery of a way out is the antidote for unhappiness.

Ọ̀nà kan ò wọ ọjà. It is not just one route that leads to the market.

Ọ̀nà ló jìn, ẹrú ní baba. The slave came from a home as well, he is simply far from it.

Ọ̀nà ni yóò mú olè; ahéré ni yóò mú olóko. The road path will apprehend the thief while the farm-house will apprehend the farmer.

Ọ̀nà kò ní jìn, kó má lóòpin. No matter how far a road is, it will undoubtedly have an end.

Ọ̀nà ọfun, kò gba egungun ẹja. The throat cannot harbour fish-bones.

Ọ̀nà tí èèyàn tọ̀ tó ṣubú, bí èèyàn ní sùúrù, èyàn lè tọ́ọ̀ là. A path that one treads and falls, with patience one may well tread it to success.

Ọpẹ́ ló yẹ, ẹrú. Gratitude is what befits a slave (or anyone).

Ọpẹ oloore, àdáàdátán ni. The gratitude to a benefactor should know no end.

Ọ̀pẹ̀ òyìnbó fi dídùn ṣe ẹwà, ṣùgbọ́n, ewu tó wà lára rẹ̀ ó lé ni irínwo. The pineapple is quite sweet, but it is replete with thorns..

Ọpẹ̀ẹkẹ̀tẹ̀ ńdàgbà, inú adámọ̀ ńbàjẹ́. The dwarf palm grows upward (and out of reach) and people are distressed.

Ọ̀pọ̀ ló fẹ lápa láì lápá, bí èèyàn ò sì lápá, kò lè lápa. Many want to make a mark without effort, yet without effort, no marks can be made.

Ọ̀pọ̀ òjò ló ti rọ̀, tí ilẹ̀ ti fi mu. Lots of rains have fallen and soaked up by the ground.

Ọ̀pọlọ́ dé àwùjọ ẹranko, ó ní ara òun tó yi, kò dun òun bí ìrù tí òun kò ní. In the general gathering of animals, the frog lamented that it is not as bothered by its thick skin as its lack of a tail.

Ọ̀pọlọ́ fẹ́ràn omi lóòtọ́, ṣùgbọ́n bí i ti omi gbígbóná kọ́. Frogs love water truly, but not hot water.

Ọ̀pọlọ́ gbé ọmọ sílẹ̀ ó gbé ọkọ pọ̀n, ó lọrọ̀ ọkọ bàǹtà banta ni. The frog dropped its baby to back its mate. "Husbands are crucial" it said.

Ọ̀pọlọ́ ma ńwá ibi tótutù ba sí ni. Frogs always seek out a cool place to dwell.

Ọ̀pọlọ́ ní bí a bá sọ̀rọ̀ dé ibi ìrù, kí a fòó. The frog insists that when a discussion gets to the issue of a tail, it should be skipped.

Ọ̀pọlọ́ ò mọ̀nà odò, ó dàá sí àwàdà. The frog does not know the way to the stream and turns this into a joke.

Ọ̀ràn ò bá ojúgun, ó lóun ò lẹ́ran. The shin sustained no injury and complained of lacking flesh.

Ọ̀ràn kò dun gbọ̀ọ̀rọ̀: a dáa láàárọ̀ ó tún yọ lálẹ́. The pumpkin shoot has no shame: it was cut off in the morning, yet it sprouts again at night.

Ọ̀ràn ọlọ́ràn, la fi í kọ́ ọgbọ́n. We learn from the predicaments of others.

Ọ̀rẹ́ dà mí, màá da ọ̀rẹ́, ọ̀dàlẹ̀ fi ńpọ̀ si ni. The view that if a friend betrays me, I would betray him in return, simply spreads betrayals.

Ọ̀rẹ́ ẹni ni í bá'ni pilẹ̀ ọlà, ará ilé ẹni ni í ko. One's friend helps build one's wealth, but one's family gathers the wealth.

Ọrẹ ńjẹ́ ọrẹ, rírà ńjẹ́ rírà, a kì í dúpẹ́ mo tàá lọ́pọ̀. What is free is free; what is to be sold is to be sold; no one appreciates one's goods being sold cheaply.

Ọrẹ́ ọdún mẹ́ta, kò tó ẹni tí à ńgbára a lé, ọtá oṣù mẹ́fà kò tó ẹni tí à ńsà à lóògùn. A friend of three years is not one to be completely trusted and an enemy of six months is not one to be attacked with charms (or completely distrusted).

Ọrẹ́ tí kò ṣeni lóore àti ọtá tí kò ṣeni ní ìkà ẹgbẹ̀ra ni wọ́n. A friend who does one no good and an enemy who does one no harm are one and the same.

Ọ̀rọ̀ àgbà, bí kò ṣe lóòwúrọ̀, bó pẹ́ títí, á ṣe lọ́jọ́ alẹ́. If the words of elders do not come to pass early enough, they would, eventually.

Ọ̀rọ̀ àtọjọ́mọ́jọ́, kò lè ṣíni létí, bi ọ̀rọ̀ tuntun. An old (or stale) story cannot grab the ears' attention as a new one.

Ọ̀rọ̀ gbogbo, lórí owó ló ńdá lé. All matters end up with the need to spend money.

Ọ̀rọ̀ ìkọ̀kọ̀, ṣì ńbọ̀ ní gbangba. Whatever is carried out in secret would soon come out in the open.

Ọ̀rọ̀ kì í tóbi, kí a fi ọbẹ bù ú; ẹnu náà, la o fi sọ ọ́. An issue cannot be so big as to need to be cut with a knife; a discussion would suffice.

Ọ̀rọ̀ kò ní ilé, ibi tó bá ti dé bá'ni la ti í sọ ọ́. Words have no home; they are discussed wherever they come up.

Ọ̀rọ̀ kù lẹ́hìn 'ṣùgbọ́n'. There are still words after a 'but'.

Ọ̀rọ̀ ò dùn, lẹ́nu ìyá olè. Words are not comely from the mother of a thief.

Ọ̀rọ̀ o fa ariwo, ẹní gbé panla ti jẹ́wọ́, ó ní òun rò pé èpo igi ni. There is no need for disagreements. The person who stole the stockfish has confessed; he said he thought it was the bark of a tree.

Ọ̀rọ̀ òkèèrè, bí kò bá lé kan, yóò dín kan. Words heard from afar, if they were not overstated, they would be understated.

Ọ̀rọ̀ pọ̀ nínú ìwé kọ́bọ̀. There are exceeding details from a book (insignificantly) priced at one kobo.

Ọ̀rọ̀ rírọ̀ ni í yọ obì lápò, ọrọ líle nií yọ ọfà lápó. Soft words can pull kolanuts from a pouch, as strong words do pull arrows from a quiver.

Ọ̀rọ̀ ṣùnùkùn, ojú ṣùnùkùn lafi í wò ó. A questionable matter is to be viewed in a questionable manner.

Ọ̀rọ̀ tí a ní kí baba máà gbọ́, baba náà, ló máa parí rẹ̀. The matter kept away from the father (elder or leader) would ultimately be settled by him.

Ọ̀rọ̀ tí kò bá sunwọ̀n, ará ilé ẹni ni í ba ni í gbọ. An unpleasant matter is usually addressed with the help of close relations.

Ọ̀rọ̀ tó bá kan ojú, lojú ma nṣẹ sí. Only matters that concern the eyes are what the eyes blink on.

Ọ̀rọ̀ ti kò gba kọrọ̀, ẹnikan kì í tẹ̀ sọọ́. One need not bend over to discuss a matter that needs no privacy.

Ọ̀rọ̀ tó bá dáni lójú, kì í kọṣẹ́ létè ẹni. A matter one is sure of does not stumble on one's lips.

Ọ̀rọ̀ tó bá ti kọjá ẹkún, ẹrín la fi ńrín. A matter so serious as to be beyond weeping ought to be laughed at (in surrender).

Ọ̀rọ̀ tó bá ti l'ẹsẹ nílẹ̀, a kì í fi ìlù sọ ọ́. A matter with enough substance of its own need not be broached with the talking drum.

Ọ̀rọ̀ tó máa di akàn, bí ẹja ni í kọ́kọ́ ńrí. What will turn out well may start out negatively.

Ọ̀rọ̀ tó máa sọni lẹ́nu, a máa ńjìnnà sí i ni. One ought to maintain a distance from matters that are potentially embarrassing or likely to bring one into disrepute.

Ọ̀rọ̀ tó ńpa olóko lẹ́kún, làparò fí ńṣe ẹ̀rin rín, nínú igbó. What ails the farm owner is what amuses the partridge in the forest.

Ọ̀rọ̀ tí owó bá ṣe tì, ilẹ̀ ló ńgbé. Whatever issue that money fails to resolve, gets set aside.

Ọ̀rọ̀ wèrè ló máa ńyàtọ̀, ti ọlọ́gbọ́n máa ńbá ara wọn mu ni. The opinions of fools are the ones that are at variance; the wise are in agreement.

Ọrun ńwó bọ, kì í ṣe ọrọ ẹni kan. The heaven is collapsing is not a problem of one person.

Ọsàn tó pọ́n lórí igi kò láyọ̀lé; ọ̀pọ̀ èyàn ló ńwòó bí kó jábọ̀. A ripe orange on a tree is not secured; lots of people would like it to drop.

Ọsàn tó rí gbajúmọ̀ tí kò bọ́, ẹyẹkẹ́yẹ ni yóò fi jẹ. An orange that refuses to drop for a famous person will get eaten by a strange bird.

Ọ̀tá ẹni kì í pa odù ọ̀yà. Bí a so ilẹ̀kẹ̀, bí a wọ àkún, igi ata la a jọ l'ójú abínú ẹni. An enemy is never adjudged able to kill a grasscutter; even if adorned with beads and jewellery, an enemy would still be seen as no better than the stem of a pepper plant.

Ọta ìbọn kì í rorò, kó fa ìbọn ya. No matter how ferocious a bullet is, it won't tear its gun apart.

Ọtí kì í pa ìgò, ẹni tó mu ọtí l'ọtí ńpa. Alcohol does not intoxicate the bottle; it's the drinker who gets intoxicated.

Ọtí ọ̀fẹ́, kì í kan. Free drinks seldom taste sour.

Ọ̀tọ̀ọ̀tọ̀ là ńtẹ ẹrẹ̀; ọ̀tọ̀ọ̀tọ̀ là ńtẹ eruku. Muds and sands are stepped on differently.

Ọ̀tún wẹ òsì, òsì wẹ ọ̀tun, ni ọwọ́ fi í mọ́. The hands are clean when the right and the left hands wash each other.

Ọwọ́ aṣiwèrè, ni a gbé ńbá apá yíya. Only in the hands of a fool would one find a severed (human) arm.

Ọwọ́ eku, tó eku ú bọ́'jú. The rat's hand is sufficient enough for it to wipe its face.

Ọwọ́ epo lọmọ aráyé ńbá ni í lá, wọn kì í bá ni lá ọwọ́ ẹ̀jẹ̀. Only a hand covered with oil is what others would join one to lick, no one will join one to lick a hand covered with blood.

Ọwọ́ kan, kò lè gbé ẹrù d'órí. One hand cannot easily place a luggage on the head.

Ọwọ́ kò ní lọ sí ẹnu, kó máà padà. The hand would not go to the mouth without returning.

Ọwọ́ ni í ṣíwájú ijó. The movement of the hands precedes dancing (by the legs).

Ọwọ́ ọlọ́wọ́, kò lè yó ẹnu ẹlẹ́nu. One cannot be fed to satisfaction with the hands of another.

Ọwọ́ ọmọdé kò tó pẹpẹ, ti àgbàlagbà kò wọ akèrègbè. A child's hand cannot reach the shelf, as an elder's hand cannot enter a gourd.

Ọwọ́ tí a bá là, ló ńrí nkan gbà. Only an open hand can receive.

Ọwọ́ tí ẹkùn fi ńbá ọmọ rẹ̀ ṣeré, ló fi ńkọ ilà fún un. The same paws with which the leopard plays with its cubs are the same ones it uses to claw marks on them.

Ọwọ́ tí èyàn bá fi mú nǹkan rẹ̀, lọmọ aráyé á fi báa mú u. How one handles one's matter is how others would handle it as well.

Ọwọ́ tí ọmọ bá nà, ni wọ́n fi ńgbé e. Whatever hands a child stretches are with what he or she is carried.

Ọwọ́ tó bá dilẹ̀, ni wọ́n fi ńlẹ́rán. Only an idle hand gets placed on the cheek.

Ọwọ́ tó ńdunni, a kì í fi sí abẹ́ aṣọ. One ought not to conceal one's injured hand under one's garment.

Ọ̀wọ́n là ńra ògo, ọ̀pọ̀ là ńra ọ̀bùn, iyekíye là ńra ìmẹ́lẹ́. Honour is purchased dearly, filth cheaply, and indolence at any price.

Ọyẹ́ ló máa kìlọ̀ fún onítòbí; ebi ló máa kìlọ̀ fún ọlẹ. Harmattan will reprove the person who wears a skirt as hunger will reprove the indolent.

CHAPTER 18

P

Pàrá làá ṣẹ́fọ̀n, bí yóò bá ṣoje kó ṣoje, bí yóò bá sì ṣẹ̀jẹ̀ kó ṣẹ̀jẹ̀. We ought to scratch the skin rash harshly; if it would ooze fluids or blood, so be it.

Paramọ́lẹ̀ kọ àfojúdi. The viper condones no insolence.

Pàṣán tí a bá fi lé òṣì lọ, ẹnìkan kì í sọ ọ́ nù. No one throws away the cane used to drive away poverty from his or her life.

Pàṣán tí a fí na ìyálé, ó wà lókè àjà fún ìyàwó. The cane that was used to beat the first wife is up in the attic for the younger wife.

Pátá pátá là ńfọ́jú, kùnà kuna là ńdẹtẹ, ojú àfọ̀ìfọtán ìjà ló ńmú wá. Affliction of blindness and leprosy should be total; partial blindness do results in contention.

Pé ẹja bí ọmọ, kò ní kó máà gbé ọmọ náà mì. That a fish produces fishlings does not stop the fish from eating them.

Pẹ̀lẹ́pẹ̀lẹ́ là ńpa àmúkùrù ẹpón. The black ant that is lodged around a man's scrotum must be carefully killed (and dislodged).

Pípẹ́ lóko kọ́ ló níyì, bíkòṣe ohun táa gbé oko ṣe. Working long hours on the farm is not what is crucial, but what was done with the time.

Pípẹ́ ni yó pẹ́, agbọ̀n á bo adìyẹ. It may be long, but the basket will eventually cover the hen.

Pípẹ́ ni yóò pẹ́, akólòlò á pe "Baba". It may be long, but the stammerer will eventually call "Father".

Pípolówó òun làgúnmu òwò. Advertising is the catalyst for trading.

Pírí l'olongo ńjí; a kì í rí olókùnrùn ẹyẹ lórí ìtẹ́. Robins wake up in a snap; you won't find a sick bird on its nest.

Pu'rọ́ nní'yì, ẹtẹ̀ ni í kángun rẹ. Lying to obtain honour, would always end in disgrace.

CHAPTER 19

R

Rìkíṣí kò jẹ́ kí adìyẹ ó fò; ọ̀tẹ̀ kò jẹ́ kí òrofó ó dàgbà. Intrigues won't let the hen fly; rebellion has not allowed the wild pidgeon to grow big.

Rírí tí a rí igún, la fi ńta igún lọfà. How the vulture appeared was why arrows were shot at it.

Ríró àrá, kì í ṣe ẹgbẹ́ dúndún ìbọn. Thunder cannot be compared to the sound of gunshots.

Rírò lọbẹ̀ ẹ gbẹgìrì, táà bá ròó, a máa díkókó. The bean soup needs to be constantly stirred; else it will form lumps.

Rírò ni tènìyàn, ṣíṣe ni t'Olúwa. Man proposes; God disposes.

Rí'rú omi òkun, kò ní kí ẹja má sùn, kó má han'run. The storms of the sea won't stop the fish from sleeping and even snoring.

Ròó kí o tó ṣeé, ó sàn ju kí o ṣeé, kí o tó ròó, lọ. Think before you act is better than act before you think.

CHAPTER 20

S

Sáà làá ńni, ẹnìkan kì í ni ilé ayé. Seasons (or dispensations) are what we can own; no one can own the world.

Sìn'mí kí a re'lé àna, tó lọ gbé ẹ̀wù ẹtu wọ̀, kíni kí bàbá ọkọ kó sí? A person asked to accompany one to a bride's house dons a velvet clothes; what should the father-in-law wear?

Sísún mọ ẹkùn, ló ńjẹ́ kí wọ́n rí ẹkùn fín. Close contact to the leopard is why it is held in contempt.

Ṣ'ọ̀ràn, Ṣ'ọ̀ràn, yóò lẹni tí ńjẹ́wọ́ fún. A troublesome fellow would always have someone he confides in.

Sùùrù la fi ńgba ìdọ̀bálẹ̀ arọ. One needs to be patient to be greeted with prostration by a lame.

Sùùrù la fi ńyọ òróǹró kúrò lára ẹran. Patience is required to sever the gallbladder from the meat parts.

Sùùrù ni baba ìwà; àgbà tó ní sùùrù, ohun gbogbo ló ní. Patience is the epitome of character; an elder who has patience has everything.

Sùùrù tó l'ọjọ́, kò ṣòro ńmú. It is not difficult to be patient about a matter whose end is known.

CHAPTER 21

Ṣ

Ṣàn án là ńrìn, ajé ni í múni í pẹ kọrọ. One should walk confidently; wealth (or lack of it) is what makes one sneak or move unobtrusively.

Ṣe àdúrà kí nṣe àmín; ìjà ò sí ní ṣọọ̀ṣì. Say the prayers so I can respond with an "Amen"; there should be no cause for disagreements in the church.

Ṣáká làgbà ńsín itọ́, tó ba máa yi, kó yi. An elder decisively spits his saliva clear and direct; if it comes thick, so be it.

Ṣáká làá ńsín itọ́, tí itọ́ bá yi láyijù, ó ní ọwọ́ kan wárápá ni. Saliva should be spat out, clear and direct; if saliva comes out too thick (to be spat out), it is connected with epilepsy.

Ṣẹ̀ mí nbi ẹ́, loògùn ọ̀rẹ́, ṣẹ̀ mí kí ńsọ fún ẹ, ṣe òun lẹni tó fẹ́'ni. To be open when hurt is the tonic for friendship, and to honestly report when wronged is a mark of love.

Ṣebíotimọ kì í tẹ́. Those who operate within their means seldom get disgraced.

Ṣẹ̀kẹ̀rẹ̀, kì í bá wọn re òde ìbànújẹ́. The beaded gourd (a musical instrument) does not attend an outing of mourning.

Ṣẹ̀kẹ̀rẹ̀ ò ṣeé fi ọpá lù; jagunjagun ò ṣeé fi ọba mú. The beaded gourd (a musical instrument) is not to be played using a baton; and a warrior is not to be apprehended simply with the king's name.

Ṣìkàṣìkà gbàgbé àjọbí, adánilóró gbàgbé ọla. The wicked fellow is unmindful of his family connection (to those he attacks) and those who inflict pains on others forget there is a tomorrow.

Ṣòkòtò tó ńṣiṣẹ àrán, oko ló ńgbé. The trouser that worked so the velvet could be acquired does get left in the farm.

Ṣòkòtò tó ṣo ìdí àkèré, a kì í fi wọn ìdí ejò wò. A trouser that is already loose for the frog's hip shouldn't be tried out on the snake.

CHAPTER 22

T

Tàkúté tó mú àmúbọ́, máa ńkọ́ ọmọ ẹranko lọ́gbọ́n ni. A trap that allows games to escape makes them wiser.

Tani eṣinṣin kò bá gbè, bíkòṣe elégbò. Who else would the fly support, but the person with a sore.

Tèmi ò ṣòro, tí kì í jẹ kí ọmọ alágbẹ̀dẹ ní idà. "Mine is not an issue" is why the blacksmith ends up not owning a sword.

Tèmi yémi tó ńgbin ọkà sínú iṣu. A person, who planted maize in the same farm with yams, insisted he had his reasons.

T'ẹni bẹ́ igi ló jù, igi á rú'wé. The shame is on the person who cuts a tree; it will sprout leaves again.

Tẹ̀tẹ̀ kì í tẹ́, láwùjọ ẹfọ́. The spinach does not get disgraced in the gathering of vegetables.

Tẹ̀tẹ̀ tí kò bá fẹ́ tẹ́ láwùjọ ẹfọ́, á yẹra fún àwọn ewé kéwé. If the spinach would not be in shame among other vegetables, it should steer clear of strange leaves.

Tí a bá dọ̀bálẹ̀ fún aràrá, kò ní kí a má ga tí a bá dìde. That one prostrates to a dwarf, won't stop one from attaining full height when one stands up.

Tí a bá fi gbogbo ilé ńlá jin kólékólé, kò pé kó má jalè díẹ̀ kún un. Even if a mansion is given to a thief, this won't stop him from further stealing.

Tí a bá fi ogun ọdún pilẹ̀ṣẹ̀ wèrè, ọjọ́ wo ló máa wọ'jà? If madness was prepared for, for twenty years, when would the mad person enter the market v`

Tí a bá fi ogún ọdún ṣánpá, ọdún wo la ó fò? If we flap arms for twenty years, when are we going to fly?

Tí a bá fi ojú igi gbígbẹ wo tútù, tútù lè wó pa'ni. If one takes a living tree for a dead one, the living tree could well crash and kill one.

Tí a bá fi ọwọ́ ọtún bá ọmọdé wí, àá sì fi t'òsì fàá mọ́ra. If one reprimands a child with the right hand, one should comfort him with the left.

Tí a bá ja ìjà kan, tí a bá ni kò ní tán, ìgbà wo la máa ja òmíràn? If we insist that a quarrel would not end, when would we have another?

Tí a bá jẹ ẹ̀kọ, a máa ńdáríji ewé ni. After eating the corn meal, one should forgive (or let go of) the leaf wrappings.

Tí a bá ju abẹ̀bẹ̀ sí òkè nígbà igba, ibi pẹlẹbẹ náà ló máa fi lé lẹ̀. If a hand fan is thrown up two hundred times, it would consistently rest on one of its flat side.

Tí a bá ka ẹrú, inú ẹrú á bàjẹ́. If a slave is reminded of his or her story, he or she would be saddened.

Tí a bá lé ni, tí a kò bá bá ni, ńṣe làá npadà. If we chase someone and could not catch up with him or her, we ought to simply turn back.

Tí a bá ńbá ọmọdé jẹun lóko, ganmugánmú imú ẹni lá máa wò. If one shares a meal with a young person in the farm, it is the features of one's nose that he (or she) would concentrate on.

Tí a bá ní bí ejò ṣe gùn tó, la ṣe fẹ́ dá iná sun ún, àá dá'ná sun ilé. If a snake were to be burnt as its length is, the house would be set ablaze.

Tí a bá ní ká ro ti Pẹ̀là, ìlú á bàjẹ́, tí a bá dẹ̀ ní ká má ro ti Pẹ̀là, ìlú ò ní dùn. If the circumstances of Pela (a hypothetical person) were to be considered, the town would be destroyed, yet if he were to be ignored, the town won't be exciting.

Tí a bá ní káa tì í kó dúró, tí a bá tì í tó bá ṣubú, ńkọ́? If we plan to push it to stand, what if we push it and it falls?

Tí a bá ní kí a mú ẹran tí yíò kan ni pa, ṣé bí i ti ìgbín ni? Even if one were seeking an animal that can butt one to death is it like a snail?

Tí a bá ní kí wèrè ṣe òkú ìyá rẹ bó ṣe fẹ, yóò yá jẹ. If a mad man were to be left to deal with his mother's corpse as he pleases, he would desecrate it.

Tí a bá ńkìlọ̀ fún olè, kí a tún má a kìlọ̀ fún oníṣu ẹbá ọnà. If we reprimand the thief, we should also not spare the owner who kept his yams (rather carelessly) by the wayside.

Tí a bá ńpilẹ ọlà, ẹrín ni ọmọ aráyé máa ńfi'ni rín. When laying the pillar of one's wealth, people would typically hold one in derision.

Tí a bá ńsá fún ajá, kì í ṣe ajá là ńbẹ̀rù, bíkòṣe Àjàlà, alájá. If one runs away from a dog, it is not for the fear of the dog, but the respect one has for the owner of the dog.

Tí a bá ńsunkún, a máa ńríran. Even while weeping, one can still see.

Tí a bá ńwá owó lọ, tí a bá pàdé iyì lọ́nà, ńṣe ló yẹ ká padà, nítorí tí a bá rí owó ọhún tán, iyì làá fi rà. If one obtains honour while on a quest for wealth, one ought to cease the quest, as the wealth ultimately will be used to procure honour.

Tí a bá pá ẹmọ́ l'óko ilá, tí a sèé nínú ìlasa, ilé ẹmọ́ l'ẹmọ́ lọ. If a stripped rat is killed in an okro farm and cooked in a soup of okro leaves, the rat has merely gone to its home.

Tí a bá pààrọ̀ ìgò ọtí, kò ní kí ọtí má pa ni. Even if the bottle of an alcoholic drink is changed, that won't make the drink less intoxicating.

Tí a bá pẹ́ ní ààtàn, a máa rí abuké eṣinṣin. If one tarries at the dunghill, one would see a housefly with a hump, eventually.

Tí a bá pe orí ajá, a máa pe orí ìkòkò tí a fi sèé. If we mention the dog, we ought to also mention the pot used for cooking it.

Tí a bá rán ọ̀bọ ní'ṣẹ́, kó yẹ kó rán ìrù ìdí rẹ̀. A monkey sent on an errand should not be delegating the errand to its tail.

Tí a bá ránni níṣẹ́ ẹrú, àá sì fi jẹ́ ti ọmọ. If one is sent on a questionable errand, one should simply handle it as appropriate.

Tí a bá rìn jìnnà, àá dé ibi tí wọ́n ti ńfi odó ìbílẹ̀ jẹun. If we travel far enough, we would get to where the traditional mortar is used as a plate to eat.

Tí a bá ro ìdọ̀tí ẹlẹ́dẹ̀, kò sí ẹni tó máa fẹ́ jẹ ẹ́. If one were to consider how filthy the pig can be, no one would want to eat pork.

Tí a bá ṣí ìdí ẹni s'ókè, ọmọ aráyé á rọ́ omi gbígbóná sí i. If one were to open up one's backside, the world would pour hot water into it.

Tí a bá sọ́ fun igún pé orí rẹ pá, tí a sọ fún àkàlàmàgbò pé o yọ gẹ̀gẹ̀ lọrun, ó yẹ kí a lè sọ fún ògòngò pé ẹnu rẹ ṣe gọ̀ngọ̀. If we tell the vulture that it is bald headed and tell the crow that it has a goitered neck, we should be able tell the ostrich that it has a long beak.

Tí a bá sọ òkò sí ọsàn, tí a kò bá rí ọsàn, ó yẹ kí a lè rí òkò. If one throws a stone at an orange (on a tree), one should either see the fallen orange or the stone thrown.

Tí a bá taá, a máa ńtọ̀ọ́ ni, tí a kò bá tọ̀ọ́, á di ẹran tó ní ìdin. If it (an animal in the forest) is shot, it must be traced out, else it will become infested with maggot (or rotten).

Tí a bá ti rí ọlọ́rọ̀ ẹni, sọ̀rọ̀ sọ̀rọ̀ la ńdà. One becomes a talkative in the company of one's close companions.

Tí a bá tìtorí èyàn búburú dijú, a kò ní mọ ìgbà tí ẹni rere yóò kọjá lọ. If we were to close our eyes because of a wicked fellow, we won't know when a good man would pass by.

Tí a bá wo dídùn ifọn, àá họ ara dé egun. If one bows to the pleasure of scratching one's skin rashes, one would scratch oneself to the bone.

Tí a kò bá dá aṣọ lé aṣọ, a kì í pe ọkan l'ákìísà. If one does not have multiple clothes, one cannot refer to the only clothes one has as a rag.

Tí a kò bá dá òmùgọ̀ lẹ́kun, yóò sọ̀ òkò sí ẹkùn. If a fool is not duly restrained, he would throw stones at a leopard.

Tí a kò bá jẹun sí ẹ̀hìn àwo, èèrà kò lè gun ibi tí a ti ńjẹun. If one hasn't dropped one's food, ants can't be attracted to where one is eating.

Tí a kò bá rán ni sí ọjà, ọjà kì í ránni sílé. If one is not sent to the market, the market can't send one home.

Tí a kò bá rí ẹni fi ẹ̀hìn tì, bí ọlẹ là ńrí. With no one to lean on, one would appear lazy.

Tí a kò bá rí fún ọmọ, a kì í gba ti ọwọ́ rẹ̀. If one is unable to give to someone, one should not be collecting what he has.

Tí a kò bá tìtorí iṣu jẹ epo, a máa ńtìtorí epo, jẹ iṣu. If yam is not eaten because of palm oil, palm oil can be eaten because of yam.

Tí a ó bá gba nǹkan funfun lọ́wọ́ ọmọdé, a máa fi nǹkan pupa tàn án jẹ ni. If one desires to collect a white item from a child, one would lure him with a red item.

Tí a ò bá na ìnàkí, ọbọ làá kọ́kọ́ wí fún. When a gorilla is to be spanked, the warning is first sent to the monkey.

Tí aáyán bá ṣi ijó jó, á máa fi ara káṣá adìyẹ. A cockroach that dances unconscionably would find itself attacked by the hen.

Tí aboyún bá bímọ tán, ara á tùú. Once a pregnant woman delivers (her baby), she would be at ease.

Tí abuké bá rí arọ, ọpẹ́ ló máa dá. If a hunchback comes across a lame, he would be thankful.

Tí adìyẹ bá ga tó tó ilé, àgò náà ló máa de gbẹ̀hìn. Even if a hen is as tall as a house, it would ultimately end up in a cage.

Tí àdúrà bá gbà tán, apá aládúrà ò ní ka. When a prayer is answered, the person who prayed would be overwhelmed.

Tí afínjú bá l'ọ́kọ tán, ó di dandan kí ọ̀bùn náà ní ti rẹ̀. Once the neat (attractive) woman is through getting her husband, it is certain, the filthy (not so attractive) one will get hers as well.

Tí afọ́jú bá ní òun yóò fọ́'ni lójú, ó yẹ ká funra, nítorí tí kò bá mú nǹkan lọ́wọ́, ó lè tẹ nǹkan mọ́'lẹ̀. One should be wary of a blind man who threatens to make one blind; if he has nothing in his hands, he may have something under his feet.

Tí agbada ò bá gbóná, àgbàdo ò lè ta. If the frying pan is not heated up, the corns cannot pop.

Tí ajá bá lẹ́ni lẹ́hìn yóò pa ọ̀bọ. If a dog gets good backing it would easily kill a monkey.

Tí ajá bá ńsínwín, á mọ ojú olówó rẹ̀. A rabid dog would at least recognise its owner.

Tí ajá ò bá rí, kì í gbó. Dogs do not just bark for no reason.

Tí àkàrà bá dé eyín akáyín, á di egungun ni. In the mouth of a toothless person, bean cakes would seem like bones.

Tí Àkárìgbò bá ti lẹ mọ bíńtí, òun l'olórí gbogbo Rẹ́mọ. Even if diminutive in size, the Àkárìgbò remains the overall ruler of Rẹ́mọ town.

Tí akòko bá ńsọ igi láì jáwọ́, bó pẹ́ bó yá, á rí nǹkan gbà lọ́wọ́ igi. If the woodpecker would ceaselessly peck a tree, it would get something from the tree, eventually.

Tí aláàrù bá ti mọ ibi tó ńlọ, ọrùn ò ní wọ̀ọ́. Once a porter knows where he is going (with the luggage carried) his neck would not be strained.

Tí alẹ́ bá lẹ́, à á fi ọmọ ayò fún ayò. When night falls, the pieces of the "ayo" game are packed up.

Tí alẹ́ bá lẹ́, adẹ́tẹ̀ á rìn, á yan. Under the cover of darkness, a leper would easily walk and march around.

Tí apá kò bá ṣe é ṣán, a má a ká a lórí ni. If the arms cannot be swung, they are simply folded on the head.

Ti àrá bá ńpa àràbà, tó ńfa ìrókò ya, bí i ti igi ńlá kọ́. The lightning may well strike the silk cotton tree and tear down the African teak tree, but not a very mighty tree.

Tí arárá kò bá ṣe bí i wèrè, àwọn ọmọ kékèké, á máa pèé lẹ́gbẹ́ wọn. If a dwarf does not act strange, little kids will believe he's one of them.

Tí àṣedànù kò bá ní pọ̀, ẹni a ṣ'oore fún, kò ní mọ̀ ọ́. If waste won't be excessive, a person one had shown some kindness won't be appreciative.

Tí aṣeni bá ní ibi mẹ́fà, yóò fi ọkan tàbí méjì, ṣe ara ẹ̀. A wicked man armed with up to six different ways he can hurt others would invariably hurt himself with one or two.

Tí àsìkò ọ̀rọ̀ kò bá tì í tó, a kì í sọ ọ́. If a matter is not ripe for discussion, it is not discussed.

Tí ata bá rorò, ọmọ ọlọta ni í kọ l'ọ́gbọ́n. If pepper is ferocious, the grinding stone will teach it a lesson.

Tí aya bá mọ ojú ọkọ tán, alárinà a yẹbá. Once the fiancée is familiar with her fiance, the gobetween ought to step aside.

Tí ayé bá mu ọsàn tán, wọn a sì ju èpo rẹ̀ nù. Once people are through squeezing the juice out of an orange, its rind is thrown away.

Tí ayé bá ti ojú àgbà bàjẹ́, àìmọ̀wàá ńhù wọn ni. If turmoil subsists under the charge of an elder, it must be due to the elder's less than savoury character.

Tí ayé bá wà lẹ́hìn aáyán, yóò pa adìyẹ. If the world would back the cockroach, it woud kill the hen.

Tí ebi bá ti kúrò nínú iṣẹ́, iṣẹ́ bùṣe. Once hunger gets eliminated from poverty, the poverty is resolved.

Tí ẹbìtì kò bá pa eku, a á sì fi ẹyìn fún ẹlẹ́yìn. If a trap won't catch a rat, it should at least return the palm nut bait to its owner.

Tí ẹdá bá fẹ́ gba àwìn ẹ̀bà, ni wọ́n máa ńṣe ojú àànú, tí wọn bá yó tán, wọn á di ọkọ olúwa wọn. People present a facade of humility when seeking favour; once satisfied, they easily lord it over their benefactors.

Tí ẹdá bá mọ iṣẹ́ àṣelà ni, ìwọ̀nba ni làálàá máa mọ. If a man knows his destined path to success for sure, he would hustle less.

Tí eégún ńlá bá ní òun kò rí gòǹto, gòǹto náà á lóun ò rí eégún ńlá. If the major masquerade ignores (or despises) the minor masquerade, the minor masquerade won't hesitate to reciprocate.

Tí èèrà bá fi'ni pe igi, à á fi ọwọ́ wọ dànù ni. If an ant takes one for a tree, one should simply brush it off with the hand.

Tí èèrà bá ti gbé ohun tó jùú lọ, dandan ni kó nií lára láti rìn. Once an ant carries what is beyond its strength, its motion would be hampered.

Tì èèwọ̀ kò bá pa'ni a máa pọ́n ni l'áṣọ. If an abominable act does not kill, it could improverish one.

Tí ẹgún bá dé ibi à ńtiro, ó ṣe tán à ti yọ ni. When a thorn begins to make one tip-toe, the thorn is due to be pulled out.

Tí ẹja bá sùn, ẹja á fi ẹja jẹ. A fish that sleeps would get eaten up by another fish.

Tí ẹ̀kọ bá dí kókó, kì í ṣe ẹjọ́ alágbàdo. If the pap has lumps, it is not the fault of the corn seller.

Tí eku bá gbọ́n ṣáṣá, ológbò á fi sùúrù mu. If the mouse is exceptionally smart, the cat will be exceptionally patient to catch it.

Tí ẹkùn bá wọ ìlú gbé ọmọ adẹ́tẹ̀, áyé a ní a dúpé, olóríburúkú kúrò láàárin wa, ọjọ́ tí ẹkùn bá gbé ọmọ ọba, gbogbo ológun àti àgbà ìlú ni wọn máa ké sí. When the leopard pounces on the son of a leper, people would sneer that the fool has been removed from their midst, but when the leopard goes for the prince, the entire warriors and elders of the town would be summoned.

Tí ẹkúté bá ńrí ológbò fín, ihò ọnà àbáyọ rẹ̀ wà ńtòsí ni. If a rat is disrespectful to a cat, the rat's burrow (for escape) must be close by.

Tí ẹni ọ̀rọ̀ ńdùn bá dé orí oyè, yóò ṣ'ìkà. If a vindictive person gets enthroned (or to a position of authority), he would be wicked.

Tí ẹnìkan bá lóun gbọ́n ju èyàn lọ, èyàn máa ńgọ jùú lọ ni. If someone claims to be wiser than one, one should deliberately be more stupid.

Tí ẹnu bá ti jẹ dòdò, kò ní sọ òdodo. Once the mouth has eaten fried plantain (or sweet things), it won't speak the truth.

Tí ẹnú bá ti jẹ, ojú máa ńtì ni. Once the mouth has eaten, the eyes get closed off.

Tí ẹran bá balẹ̀ tán, ojú a má yán ọdẹ. When the games are on ground, the hunter does get emotionally enticed to them.

Tí ẹran bá kú, á fi ìyà jíjẹ sílẹ fún awọ. If a goat dies, it leaves further suffering to its skin.

Tí ẹ̀rẹ̀kẹ́ ọmọ ẹranko kò bá bàjẹ́, ti ọmọ èèyàn kò lè dún wọmùwọmù. If the cheeks of animals are not dismembered, those of humans would have no meat to chew.

Tì erin bá jẹ tí kò yó, ìgbẹ lojú máa tì. If the elephant eats and is not full, the shame is on the forest (it is feeding on).

Tí ẹrù bá kọ òkè, tó kọ ilẹ̀, ó ní ibi tí a ńgbé e sí. If a luggage can't be placed on the shelf or on the ground, there's still where to place it.

Tí ẹrú bá pẹ́ n'ílé, á bú alájọbí. If a slave dwells long with one, he would insult one's forebears.

Tí ẹrù bá pọ̀ lórí ọ̀gẹ̀dẹ̀, ó ńpa ọ̀gẹ̀dẹ̀ lara ni. Once the burden borne by a plantain plant is excessive, the burden would prove detrimental to the plant.

Ti erùpẹ̀, ti erùpẹ̀, la ńra iṣu ewùrà. Water yams are bought along with the sand on them.

Tí ẹṣin bá dáni, a máa ńtun gùn ni. If one is thrown by a horse, one ought to remount it again.

Tí èṣù bá fúnni ní fìlà, á fi gba odindin orí lọ́wọ́ ẹni. If the devil gives one a cap, he would collect a whole head from one in return.

Tí ewé bá bọ́ lára igi, ilẹ̀ ló nbọ̀, kì í lọ s'ókè. If leaves drop off a tree, they go down, not up.

Tí ewé bá pẹ́ lára ọṣẹ, á di ọṣẹ. If the leaf wrapping stays long on the soap, it becomes soap as well.

Tí ewé gbígbẹ bá bọ́ lára igi, ó fi kọ́ ewé tútù lọ́gbọ́n ni. If a dry leaf falls off a tree, it is a lesson to the living ones still on the tree.

Tí èyàn bá lòun kò dàgbà, pé òun kò kúrò láròbó, bó pẹ bó yá ojú a hunjọ. If one claims one is not old, that one remains young, eventually, the face would be wrinkled.

Tí èyàn bá mọ ọjọ́ àṣedànù, ì bá fi gbogbo ọjọ́ náà sun àsùnwọra. Had one known a day losses would be experienced for sure, one would not have woken up.

Tí èyàn bá mú ọ̀pọlọ tí kò bá jọ kọ̀nkọ̀, èyàn ńjùúlẹ̀ ni. If one catches a frog and discovers it's not of the edible species, one ought to let it go.

Tí èyàn bá ńdàgbà, ó máa ńyé ogun ńjà ni. One ought to cease acts of aggression as one grows older.

Tí èyàn bá ńgbọ́ gbe gbè gbe, tí èyàn kò bá bá wọn gbé e, wọ́n le gbe nǹkan náà sí ẹ̀hìnkùlé olúwarẹ̀. If you are hearing "carry it, carry it, carry it", and you do not join them to carry the item, it may well be dumped into your backyard.

Tí èyàn bá ní sùúrù, ohun tí kò tó, ṣì ńbọ̀ wá ṣẹ́kù. If one is patient, what is insufficient will soon be excessive.

Tí èyàn bá n'ikun n'ímú, tó n'ípin lójú, ọ̀bùn lará ìta máa pè, ará ilé ló máa bá'ni mọọ làmódi. If one's eyes and nose are rheumy and unkempt, people will believe one is filthy, only one's family members will understand that one is ill.

Tí èyàn bá pẹ́ láyé, á jẹ ẹran tó ju erin lọ. If one lives long enough, one would eat far more quantity of meat larger in size than an elephant.

Tí èyàn bá rí ibi sùn, a hanrun. Whoever has a place to sleep would snore.

Tí èyàn bá rin ìrìn òkété, wọ́n á fi èkùrọ́ lọọ́. Whoever carries himself as a bush rat, would be offered palm kernel.

Tí èyàn bá rìn jìnnà, á dé ibi tí wọn ti ńfi abẹ́rẹ́ gúnyán tí kò ní lẹ́mọ. If we travel far enough, we would get to where the needle is used to pound yam and the pounded yam would have no lumps.

Tí èyàn bá rìn jìnnà, á rí ẹja tó ya arọ. If one travels far enough, one would see a crippled fish.

Tí èyàn bá ta ará ilé rẹ̀ ní ọ̀pọ̀, kò lè ri rà l'ọ́wọ́ọ́n. If one sells one's family members cheaply, one can no longer repurchase them expensively.

Tí èyàn bá ta ara rẹ ní àlòkù, kò lè ri rà l'ọ́wọ̀ọ́n. If you sell yourself as a used item, you can no longer repurchase yourself as an item of value.

Tí èyàn kò bá bá ọmọ ìyá rẹ̀ jà, ọmọ bàbá kò ní sá fún ni. If one has not fought with one's maternal siblings, the paternal siblings would not be scared of one.

Tí èyàn ò bá ṣubú, kì í mọ ẹrù ńdì. If one has never fallen, one would never know how to properly pack one's luggage.

Tí èyàn kò bá tí ì dé ibi tó ńlọ, kì í dúró. If one has not gotten to one's destination, one should not stop.

Tí èyàn ò bá jìnnà sí àgbà, á máa rí ọgbọ́n kọ́. If one remains close to the elders, one would be exposed to wisdom.

Tí èyàn yóò bá hùwà kan èní, ó yẹ kó rántí ẹsan kan ọla. Before an act of today, consider its likely consequence of tomorrow.

Tí ẹyẹ kò bá fín ẹyẹ níràn, ojú ọrun tó ẹyẹ ẹ̀ fò láì fara kanra. If a bird won't seek the ill of another, the sky is wide enough for all to fly without co,liding.

Tí ẹyẹlé ẹni bá ṣu síni lára, àá fọwọ́ nùú dànù ni. If one's pidgeon defecates on one's body, one simply wipes it away.

Tí èyí tí a bá mọ̀ọ́ jẹ bá tán, èyí tí a kò mọ̀ọ́ jẹ ló ku. If what one knows how to eat gets exhausted, one would eat what's left.

Tí ìgbín bá fà, ìkarahun á tẹ̀ le. If the snail crawls, its shell would follow along.

Tí igi bá dá, ẹyẹ máa ńfò lọ ni. Once the tree (branch) breaks, the bird perching on it would fly away.

Tí igi bá ga lágajù, wíwó ni í wó. If a tree becomes unduly tall, it will end up collapsing.

Tí igi bá ré lu igi, ti òkè rẹ̀ là ńkọ́kọ́ gbé. If trees fall in a pile, the top ones are removed first.

Tí igi ńlá kò bá wó, ọwọ́ kì í ba ẹka rẹ̀. If a big tree is not felled, its branches can't be within reach (of being cut).

Tí ìjàpá bá lóògùn ni, ó yẹ kó ti fi wo ìrán ìdí rẹ̀. If truly the tortoise has charms, it should have used it to remove its tail.

Tí ìlàrí bá fẹ́ tẹ́, á ní kí l'ọba yóò ṣe. When the king's messenger is to be disgraced he would dare the king.

Tí ilé bá ga lá gajú, ó lè wo pa onílé. If a house is too high, it can collapse on the owner.

Ti imú yé imú, tí imú fi ńfọn. The nose has its reasons for being noisy when blown.

Tí iná bá dára ọbẹ̀, a dá ọrọ̀ sọ. When heat gets to the pot of stew, the stew will engage in a monologue.

Ti iná ba ńjó lóko, màjàlá a ṣe òfófó. When a farm goes aflame, the flakes fly home to bear the tale.

Tí iná ò bá tán l'áṣọ, ẹjẹ̀ kì í tan léèkánná. As long as lice remain on clothes, blood (from killing them) can't cease from the finger nails.

Ti inú bá ṣeé ṣí bí igbá ni, kedere là bá rí ikùn aṣebi. If hearts could be opened up like a calabash, wicked hearts would have been clear to all.

Ti inú mi ni ńyóò ṣe, kò lè dá ayé gbé. Whoever insists he will do as he pleases, still cannot dwell in the world alone.

Tí irin bá kan irin, ìkan máa ńtẹ̀ ni. When one iron presses upon another, one of them must bend eventually.

Tí irọ́ bá lọ lógún ọdún, ọjọ́ kan ṣoṣo ni òótọ́ yóò ba. If a lie has gone for twenty years, the truth would catch up with it in just one day.

Tí irọ́ bá tan iná, kò lè so èso rere. Even if a lie glows (and blooms), it can't yield good fruits.

Tí irùngbọn alágbàṣe bá gùn títí tó ńwọ́lẹ̀, ẹni tó gbé oko fun l'ọgá rẹ̀. Even if the beard of a hired hand is so long as to sweep the floor, his hirer remains his boss.

Tí iṣẹ́ ba ṣẹ́ ni lá ṣẹ́ jù, t'ẹbí t'ará ni í sá fún ni. If one is unduly impoverished, virtually everyone will keep a distance from one.

Tí iṣẹ́ kò bá pẹ́'ni, a kì í pẹ́ iṣẹ́. If a task does not require unduly long time, one shouldn't drag its completion.

Tí ìṣẹ́ ò bá jẹ́ ká sọ òdodo, àìṣòdodo kò ní jẹ́ ká bọ́ lọ́wọ́ ìṣẹ́. If fear of poverty makes one tell lies, lying will keep one in poverty, as well.

Tí iṣu ẹni bá funfun, a máa ńfọwọ́ bòó jẹ ni, káa ba lè jeẹ́ pẹ́. If one is blessed with a fine (whitish) yam, one ought to eat it under wraps, so that one can eat it for long.

Tí ìtàkùn bá lápá tó bá lẹ́sẹ̀, kò gbọdọ̀ máa lépa erin. Even if the creeping plants have hands and legs, they should not be stalking the elephant.

Tí ìtàkùn bá pa ẹnu pọ̀, wọ́n a mú erin so. If creeping plants would unite, they would easily tie up an elephant.

Tí ìtàkùn kò bá já, ọwọ́ kò lè ba ọkẹrẹ́. If the creeping plant isn't broken, the squirrel can't be caught.

Tí ìyà ńlá bá gbé'ni ṣán'lẹ̀, kékèké á gorí ẹni. If one is tripped by a major setback, little ones would take advantage of one.

Tí kò bá ní ìdí, obìrin kì í jẹ́ Kúmólú. If there are no reasons, a woman cannot be bearing Kumolu (a name that suggests that death has taken the family head).

Tí kò bá ní ìdí, a kì í dédé rí ẹja lókè odò. If there are no reasons, a fish can't ordinarily be found on the bank of the river.

Tí kò bá ní ti ayé nínú, ọmọ ọjọ́ méjọ kò gbọdọ̀ ya wèrè. If there are no unusual reasons, an eight-day old baby should not go insane.

Tí nǹkan bá rújú, ajá a máa fa aṣọ ẹkùn ya. When things get complicated, a dog is well able to tear up a leopard's garb.

Tí nǹkan ẹni bá sọnù, a máa lójú ẹni tó wu'ni kó ri he. If one has lost an item, there are those one would prefer to find it.

Tí o ba fi inú ṣìkà, tí o fi òde ṣ'òótọ́, Ọba Séríkí á rín ọ rín ọ. If you are wicked within, but reflect goodness externally, God will simply be laughing at you.

Tí o bá lógbọ́n, fi sí ikùn ara rẹ, ayé kò fẹ́ kó yẹni. If you are wise, keep it to yourself, not everyone wants you to proper.

Tí kò bá sí igi lẹ́hìn ọgbà, wíwó ni í wó. A make-shift fence that is not backed by a tree collapses, eventually.

Tí ó bá ti di ti òròmọ adìyẹ, àgbébọ kì í bẹru àṣá. When it has to do with its chicks, a hen is not scared of the hawk.

Tí ó bá ti yá Fúlàní, ó ti yá màlúù ni. Once the Fulani (a person of northern Nigeria's extraction) cattle-rearer is ready, the cattles are, as well.

Tí obìnrin bá dára, tí kò ní ìwà, asán ló jẹ́. It is mere vanity for a woman to be beautiful, but lack good character.

Tí ọdẹ bá ro ìṣẹ́, tó bá ro ìyà, tó bá pa ẹran, kò ní fún ẹnìkan jẹ. If a hunter were to consider the hardship of his (hunting) expedition, he won't share his games with anyone.

Tí ọgbọ́n bá fo àlapà ọlọ́gbọ́n, ẹhìnkùlé òmùgọ̀ ni yóò ti balẹ̀. When wisdom jumps over the mud wall of a wise person, it typically lands in a fool's backyard.

Tí ọgẹ̀dẹ̀ bá le títí, ó ńpadà bọ̀ wá rọ̀ ni. No matter how long the plantain fruit has been hard, it would eventually become soft.

Tí ògiri bá là lẹ́hìn, atẹ́gùn fẹ́ẹ́rẹ́fẹ́ á máa yọ́ wọlé. The wind will breeze into a room whose walls have crevices.

Tí ògiri kò bá lanu, aláǹgbá ò lè ráyè wọ ọ́. If there aren't crevices in a wall, lizards cannot penetrate into the wall.

Tí òjò bá kọ̀ tí kò rọ̀, ìyẹn ò ní ká sọ pé, kí omi òkun ya wọ ìlú. That the rain refuses to fall is no reason to wish the sea would flood the city.

Tí òjò bá ńpa ọkan ọ̀rẹ́, gbogbo wọn l'eji ńpa. If the rain is beating one of many friends, it is beating them all.

Tì òjò bá ńrọ̀, ẹyẹ oko kì í ké. When it is raining, birds do not sing in the forest.

Tí ojú bá fi ara balẹ̀ á rí imú. If the eyes are careful enough, they would see the nose.

Tí ojú bá ńṣe epo, èyàn máa ńtètè yọ epo náà dín ohun tó bá fẹ́ dín ni, nítorí ọjọ́ tí ojú kò ní ṣe epo mọ́. If the eyes seep oil, one should promptly collect them to fry whatever one desires to fry, before the seeping ceases.

Tí ojú bá ńṣe ipin, a máa ńyọ ọ́ hàn án ni, kó ba lè mọ pé ohun tí òun ńṣe kò dára. If the eyes are rheumy, one should remove the rheum and show it to the eyes, so they would know for sure that they are not doing well.

Tí ojú bá ti ti ìpàkọ́, iwájú orí kò níyì mọ́. Once the back of the head is put to shame, the forehead is no longer in honour.

Tí ojú kò bá ti olè, ó yẹ kó ti ará ilé rẹ̀. If the thief is not ashamed, his family members should at least be.

Tí òkété bá dàgbà, ọmú ọmọ rẹ̀ ló máa mu. When old, the bush rat is suckled by its offspring.

Tí ọkọ bá kọ'ni, ọkọ là ńfẹ́, tí aya bá kọ'ni, aya là ńfẹ́. If a husband divorces one, one marries another husband, and if a wife divorces one, one marries another wife.

Tí oko kò bá jìnnà, ilá kì í kó. If the farm is not far, the okro pods in the farm should not become hardened.

Tí oko kò bá jìnnà, ikàn inú u rẹ̀, kò lè wọ ẹ̀wù ẹ̀jẹ̀. If a farm is not too far off, the garden egg fruit in it cannot become reddened.

Tí ológbò kò bá pa eku, a kì í fi ìrù rẹ ṣọ́ ilé. If a cat cannot kill rats, such is not used to keep watch in a home.

Tí ológìnní bá gun àjà, ojú rẹ á tó ilé, á tó oko. If the cat climbs unto the attic, it will have a view of both the home and the farm.

Tí olórí ìlú bá ńtàkìtì, orí igi ló yẹ ká ti bá ẹlẹ́mọ̀ṣọ́. If the village head is somersaulting, we should find his guard on a tree.

Tí Ọlọ́run bá ńṣọ́ èyàn, èyàn máa ńṣọ́ ara rẹ̀ ni. If God watches over and protects someone, he ought to be cautious as well.

Tí omi bá pọ̀ ju okà lọ, ọkà a máa dí kókó. Excessive water makes the yam flour meal lumpy.

Tí omi ẹni ò bá tí ì tóni í wẹ̀, á fi í bọjú ni. If the quantity of water one has won't do for a bath, one simply uses it to wash the face.

Tí ọmọ bá gbọ́n ọgbọ́n kúkú, ìya rẹ̀ náà yóò gbọ́n ọgbọ́n sínsin. If a child knows how to feign his death, his mother will also know how to feign his burial.

Tí ọmọ bá ti kọjá nínà, ó kùú ku àwòmójú. Disdainful look is what is given a child that has outgrown being beaten with the cane.

Tí ọmọ kò bá jọ ṣòkòtò, á jọ tòbí. If a child does not resemble the father, he (or she) should resemble the mother.

Tí ọmọ ológìnní bá ti tọ́ ẹ̀jẹ̀ wò, kò ní fẹ́ padà jẹ ẹ̀kọ mọ́. If the cat has tasted blood, it would no longer desire corn meal.

Tí ọmọdé bá fẹ́ ṣìṣe àgbà, ọjọ́ orí rẹ̀ kò ní jẹ́. If a youngster wants to act like an elder, his age won't let him.

Tí ọmọdé bá gun òkè àgbà, ó níláti gbọ́n. When a youngster grows to become an elder, he ought to be wise.

Tí ọmọdé bá ńgé igi ní inú igbó, àwọn àgbà ló mọ ibi tó máa ré sí. When a youngster is cutting a tree in the forest, the elders are the ones who know where the tree would fall.

Tí ọmọdé bá ńṣe bí ọmọdé, àgbà á máa ṣe bí àgbà. If youngsters behave childishly, elders ought to act with maturity.

Tí ọmọdé bá pa eku tó bá dáa jẹ, tó bá pa ẹja tó bá dáa jẹ, tó bá pa àrọ̀gìdìgbà, yóò gbe tọ̀ bàbá tó bi l'ọmọ. If a youngster kills a rat and eats it alone, if he kills a fish and eats it alone, when he kills a python, he will take it to his father.

Tí ọmọdé bá rí oyin, á sọ àkàrà nù. If a child can obtain honey, he will discard the bean cake.

Tí ọmọdé kò bá gbàgbé ọ̀rọ̀ àná, kò lè rí éyàn bá ṣeré. If a child does not forget about yesterday's quarrels, he won't have a play mate.

Tí ọmọdé kò bá gbọ́n ọgbọ́n 'gbà', àgbàlagbà á máa gbọ́n ọgbọ́n 'múwá'. If a youngster is not wise enough to understand the wisdom of 'take', the elderly person would be wise to adopt the wisdom of 'bring'.

Tí ọmọdé kò bá ti ojú làti gun kẹ́tẹ́kẹ́tẹ́, kẹ́tẹ́kẹ́tẹ́ náà kò ni ti ojú láti làá mọ́lẹ̀. If a youngster won't hesitate to mount a donkey, the donkey won't hesitate to throw him.

Tí onílé bá ti ńfi àpárí iṣu han àlejò, ilé ti tó lọ nìyẹn. Once the host begins to show the guest a left-over yam, it's time to leave.

Tí oore bá pọ̀ lápọ̀jù, ibi ni í dà. If kindness is excessive, it would be perceived as wickedness.

Tí oore bá ṣ'ojú olóore, inú olóore á dùn. A kind person is always pleased to witness the results of his kindness.

Tí ọ̀rẹ́ kan bá ṣubú, èkejì á sì fàá dìde. If one friend falls, another ought to pull him up.

Tí orí bá pẹ́ ní'lẹ̀, ó níláti di ire ni. A person who remains unengaged for long would eventually be favoured.

Tí orí bá pọ̀ lọ́jà, àá mọ ti ẹni. Even if there are many heads at the market, one would recognise one's head.

Tí orí kan bá sunwọn, á ran igba. If one head is blessed, it positively impacts two hundred others.

Tí orin bá yí, ìlù máa ńyí padá ni. When the songs change, the drumming must change as well.

Tí ọ̀rọ̀ bá gbo'ni jìgìjìgì, ó ma ńgbé ni jù s'ílẹ̀ ni; kò ní gbé'ni mì. If an issue shakes one thoroughly, it will eventually leave one alone; it wont swallow one up.

Tí ọ̀rọ̀ ba pẹ́, á di ìtàn. When a matter tarries, it will eventually become history.

Tí ọ̀rọ̀ bá pọ̀jù, ìsọkúsọ lẹ̀dá yóò máa sọ. If a person talks too much, he will misspeak.

Tí ọ̀rọ̀ bá rúnjú, àlàyé ni kò tí ì tó. If an issue becomes confusing, the explanation is what is insufficient.

Tí ọ̀rọ̀ kò bá tó ọ̀rọ̀, a kò gbọdọ̀ fi ìtàn balẹ̀. If a matter is not serious enough, one shouldn't go into excessive details about it.

Tí òwe kò bá jọ òwe, a kì í pa á. If a proverb does not apply to a situation it is not cited.

Tí ọwọ́ àdán kan bá yẹ̀, á fi èkejì gbá igi mú. If one of the bat's paws slips (on a tree), it will still grab the tree branch with another.

Tí ọwọ́ bá mọ́, tí ọkàn mọ́, èyí tó kù di ọwọ́ Elédùà, ó di ọwọ́ orí ẹni. If one's hands are clean and one's conscience is clear, the rest is up to God and one's destiny.

Tí ọwọ́ ẹni bá ti gba ìgbàkugbà, ẹnu ẹni kì í lè sọ òtítọ́ mọ́. Once one's hands had received questionable things, one's mouth would no longer be able to speak the truth.

Tí ọwọ́ èyàn kò bá tí ì tẹ eku àdá, kì í béèrè ikú tó pa bàbá rẹ̀. If one hasn't grabbed (the handle of) a cutlass, one shouldn't be seeking who killed one's father.

Ti ọwọ́ ọmọ là ńgbà; kò sí ẹni tó lè gba ti inú ọmọ. Only what a child has is what can be taken away; no one can strip him of what he contains.

Tí wọ́n bá pe èyàn l'ábìfun ràà rà, èyàn ma ńpa ìfun rẹ̀ mọ́ ni. If one is derided as having large intestines, one ought to pack them up (from public glare).

Títẹ̀ tí òròmọ adìyẹ tẹ'ni mọ́'lẹ̀, bí a bá ṣe bẹ́ẹ̀ tẹ̀ẹ́, ìfun rẹ̀ á yọ. If we trample on a chick the same way it tramples on us, its intestines would pop out.

Tó bá kù díẹ̀, kí ọmọ olóore jìn sí kòtò, mànàmáná á ṣiṣẹ́ ìmọ́lẹ̀ fún un. Rather than allow a good man to fall into a ditch (at night), the lightning would light up his path.

Tòjò tẹ̀rùn, ilé aládi kì í dá. Whether during the wet or dry seasons, the abodes of the black ants are never desolate.

Tojú tìyẹ́, l'àparò fi ńríran. It is with both its eyes and feathers that a partridge, sees.

Tútù ní ńtẹnu ẹja wá. Cold things are what come out of the mouth of a fish.

Tútù odò lòmùwẹ̀ fi ńbá odò lọ. The coolness of the water is what lures a swimmer until he gets drowned in the river.

CHAPTER 23

W

Wá gba àkàrà, wá gba dùndú, l'ọmọdé fi ńmọ ojú ẹni; wá gba àtòrì, wá gba ọrẹ̀, l'ọmọdé fi ńsá fún ni. Come get some fried bean cake and some yam is how a child grows to love one; come get some cane and some spanking is how a child runs from one.

Wàrà kò sí loni, wàrà ńbẹ l ọ̀ọ̀la. There may not be milk today, but there would be milk tommorrow.

Wèrè dùn ún wò, kò ṣeé bí lọ́mọ. A mad man may be fun to watch but no one wants to have one as a son.

Wéré lará ìta máa pè, ará ilé ló máa bá'ni mọ̀ọ́ làmódi. Others would see one as mad, only one's family members would understand that one is ill.

Wèrè yàtọ̀ sí wéré; wéré kì í ṣe wèrè, ìjà yàtọ̀ sí eré. Madness is different from the muslim's early morning fasting songs; these songs are not madness and fighting is different from playing.

Wẹ́rẹ̀, l'ewé ńbọ́ l'ára igi. Leaves drop off trees, gently.

Wẹ́rẹ̀ wẹ́rẹ̀, n'ikán ńjẹ'lé. Termites eat up a house, a little at a time.

Wọn bérè lọ́wọ́ amúùnkún pé ẹrù ẹ wọ, ó ní "Òkè lẹ ńwò, ẹ ẹ̀ wo ìsàlẹ̀!". Asked why the load on his head is misaligned, a knock-kneed person pleads, "You are looking up rather than down!".

Wọ́n dájọ́ ìgbéyàwó Làntèté, ló wá ńsáré ki àgbo ọmọ, ó lóhun tó bá ti yá kì í pẹ́, èyí tó bá ti pẹ́ kì í yá mọ́. Upon the fixing of his wedding date, Lantete (name of a person) promptly began preparing his (yet unborn) child's decoction; "what's due needn't be delayed and what's delayed isn't due" he said.

Wọ́n ní kí arúgbó pọn'mọ sí ẹ̀hìn, ó ní òun kò l'éyín. Ṣe a ní kó paá jẹ ni? An old woman was asked to back a child and she complained that she has no teeth. Was she asked to eat the child?

Wọ́n ní kí àgbẹ̀ wálé wá gbé ìyàwó, ó ní oko àgbàdo òun so. Asked to come home for his bride, the farmer claimed his corn is due to be harvested.

Wọ́n ní kí ẹyẹ ká lọ sí odó, ká lọ sun omi jé; ó yẹ kí ẹyẹ mọ̀ pé, òun ni wọ́n fẹ́ lọ sun jẹ lódò. The bird was asked to come along to the river so that water could be roasted and eaten; the bird should be wise enough to know that the plot is to roast and eat it rather than the water.

Wọ́n ní kí olókùnrùn ṣe 'tó' ó lóun ò lè ṣe 'tó tò tó'. A sick man asked to merely say 'to', profusely insisted he cannot say 'to to to'.

Wọ́n ní kí wèrè tàkìtì, ó ní ilẹ̀ le; ta ló ní kó ta àtayè. When asked to somersault, a mad man claimed the ground is hard; who asked him to do it unscathed.

Wọ́n ní o paá, o ní ọfà lo ta; àti ọfà àti ìbọn, èwo ni kò lè pa èyàn? You were accused of killing someone and you responded that you shot an arrow; which one of out of both a gun and an arrow cannot kill?

Wọ́n ní otòṣì kò gbọ́n bí ọlọ́rọ̀; tó bá gbọ́n bí ọlọ́rọ̀, ì bá ti lówó. The poor is said not to be as wise as the rich; else he would have been wealthy, as well.

Wọ́n pe èyàn ní wèrè, a ló nfẹjú; kí ni iṣẹ́ wèrè? A mad man is accused of distorting his face; what else do mad men do?

Wòsọ̀dèmí kan ò lè dà bí onísọ̀ láí láí. There is no hired hand that can oversee a shop as good as the shop owner.

Wúrà tó máa dán, á la iná kọjá. A piece of gold that wants to shine must pass through fire.

CHAPTER 24

Y

Yangí ni tí òun yóò fi ba ayé oko jẹ́, ẹ̀rín ni óun yóò máa rín. The cement mixture claims it would continue to laugh while it ruins the farm.

Yinni yinni, kí ẹni ṣè'mí ì. Praise a good person so he can do more.

Yíyọ́ ẹkùn, kì í ṣe t'ojo; ohun tó máa jẹ ló ńwá. The sneaky gait of the leopard is not out of cowardice; it is simply looking for what to eat.

Yóò balẹ̀, yóò balẹ̀, ni labalábá fi ńwọ igbó lọ. To persistently believe that the butterfly would soon land and doing nothing is how the butterfly eventually escapes into the forest.

Yóó ṣẹ, kò ṣẹ, àdúrà yá ju èpè. Regardless of whether or not they would be answered, prayers are better than curses.

OTHER BOOKS FROM THE AUTHOR

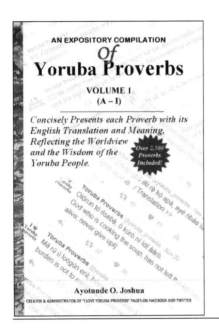

**An Expository Compilation
of Yoruba Proverbs
Volume 1 (A - I)**

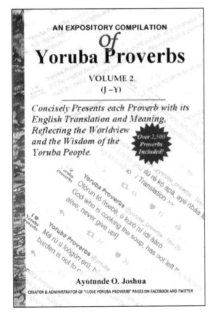

**An Expository Compilation
of Yoruba Proverbs
Volume 2 (J - Y)**

Made in the USA
Columbia, SC
11 August 2024

39835551R00107